கால நிர்வாகம்

பெ. வேலுச்சாமி
உபதலைவர்,
மதுரை மேலாண்மைச் சங்கம்.

தாமரை பப்ளிகேஷன்ஸ் (பி) லிட்.,
41- பி, சிட்கோ இண்டஸ்டிரியல் எஸ்டேட்,
அம்பத்தூர், சென்னை– 600 050.
☎ : 044 - 26251968, 26258410, 48601884

Language : Tamil

Kaala Nirvagam

Author : **P. Velusamy**

First Edition : June, 2006

Second Edition : July, 2013

Third Edition : September, 2023

Copyright : Publisher

No. of Pages : vi + 146 = 152

Typesetting : **N.C.B.H.** Computers

Publisher :

Thamarai Publications Pvt. Ltd.,

41-B, SIDCO Industrial Estate,

Ambattur, Chennai - 600 050.

Tamilnadu State, India.

Email: tamaraipublication@gmail.com

Online:www.ncbhpublisher.in

ISBN: 978 - 81 - 8804 - 957 - 8

Code No. T 066

₹ 145/-

Distributors

Ambattur (H.O.) 044 - 26359906 **Spenzer Plaza (Chennai)** 044-28490027
Trichy 0431-2700885 **Pudukkottai** 04322- 227773 **Thanjavur** 04362-231371
Tirunelveli 0462-4210990, 2323990 **Madurai** 0452 2344106, 4374106
Dindigul 0451-2432172 **Coimbatore** 0422-2380554 **Erode** 0424-2256667
Salem 0427-2450817 **Hosur** 04344-245726 **Krishnagiri** 04343-234387
Ooty 0423 2441743 **Vellore** 0416-2234495 **Villupuram** 04146-227800
Pondicherry 0413-2280101 **Nagercoil** 04652-234990

கால நிர்வாகம்

ஆசிரியர்: **பெ. வேலுச்சாமி**

முதல் பதிப்பு: ஜுன், 2006

இரண்டாம் பதிப்பு: ஜுலை, 2013

மூன்றாம் பதிப்பு: செப்டம்பர், 2023

அச்சிட்டோர்: **பாவை பிரிண்டர்ஸ் (பி) லிட்.,**

16 (142), ஜானி ஜான் கான் சாலை, இராயப்பேட்டை, சென்னை - 14

☎: 044-28482441

All rights reserved. No part of this book may be reprinted or reproduced or utilised in any form or by any electronic, mechanical, or other means, now known or hereafter invented. including photocopying and recording, or in any information storage or retrieval system, without permission in writing from the publishers.

பதிப்புரை

நேரங்களின் அளவுகோல் வாழ்வின் உயிரோட்டத்திற்கு எவ்வாறெல்லாம் பயன்பட்டு வருகின்றது என்பதை இந்நூல் வாயிலாகத் தெள்ளத் தெளிவாக படித்து உணர்ந்துகொள்ளலாம்.

நேரம் பார்க்காது தொழில் செய்யவோ நற்காரியங்கள் செய்யவோ முடியாது. மனிதனுக்குள் நிலவும் அகம் சார்ந்த சிந்தனைகளை வெளிக்கொண்டு வருவதற்கும் கூட நேரம் தேவைப்படுகிறது. அவனுடைய உணர்வுகளுக்கும் உயிருக்கும் நேரம் கைகொடுத்துத் தூக்குகின்றது. இது அஞ்ஞானம் விஞ்ஞானத்தையும் தாண்டிய உண்மை.

ஒரு கணம் தவறியதால்; ஓர் அரசன் நாடிழந்த கதையுமுண்டு, பள்ளி மாணவன் தேர்வில் தோல்வியுற்றதுமுண்டு, இண்டர்வியூவுக்குச் சென்று வாழ்விழந்ததும் உண்டு.

நேரம் மனித வாழ்விற்கு முன்னோடியாய் விளங்குகின்றது. அதைத் தேடி பாதுகாப்பது அல்லது சேமிப்பது ஒவ்வொருவருடைய கடமை. நேரத்தை பயன்படுத்திக்கொள்ளும் திறம் மனிதனிடம் உண்டானால் மகிழ்ச்சிப் பொங்கும், நாடு சுபிட்சம் பெறும் என்பது திண்ணம்.

நேரம் நம்மைத் தேடிவரும் எனும் மூடநம்பிக்கையை வளர்த்துக்கொண்டு ராப்பகலாய் வீட்டிலேயே முடங்கிக் கிடப்பதென்பது கண்கெட்டப் பின் சூரிய நமஸ்காரம் செய்வது போல்தான் முடியும் எனும் உட்கருத்தை இந்நூல் பலமாய் அடித்துரைக்கிறது. மனிதன் லட்சியத்தின் துவக்கம் ஒரு படி என்றால் அதன் தூரம் பல படிகள்; அதற்கு நேரம் மிக மிக அவசியம். கால நேரத்தின் கோட்பாட்டினை அறிந்தவர் எவரும் சுணங்கிப் போனதாய் சரித்திரம் இல்லை.

இந்நூல் ஆசிரியர் தோழர் திரு. **பெ. வேலுச்சாமி** அவர்கள் சில நுணுக்கமான உதாரணங்களோடு அவசியமான கால நேரத்தை எப்படி அழகாக விளக்கிச் செல்கிறார் என்பதை நூலின் உள்ளே படித்து, பயனடையலாம்.

வழக்கம்போல் இந்நூலையும் சிறப்பான முறையில் வாசகர்க்கு வழங்குவதில் எங்கள் நிறுவனம் பெருமையும் மகிழ்ச்சியும் கொள்கிறது.

நன்றி!

- பதிப்பகத்தார்

என்னுரை

பணிக்கு வருமுன்பே நேரத்தை (காலத்தை) உணர்ந்தவன்; ஆகவே பணிக்காலத்திலும் சரி; பணி விடை பெற்று தற்போதுள்ள நிலையிலும் சரி "நேரம் பொன்னானது" என்ற கருத்தை முற்றிலும் ஒப்புக்கொள்ளாதவன். இழந்த பொன்னையும், பொருளையும் மீண்டும் பெற வாழ்க்கையில் வழிகளுண்டு.

இழந்த பொருளையும், பொன்னையும் மீட்கலாம் அல்லது மீண்டும் பெற வாய்ப்புண்டு. எல்லாவற்றிற்கும் மேலாக உள்ள (நேரம்) காலத்தை இழப்பின் மீண்டும் பெறவே முடியாது. இதற்கு சரியான விளக்கம் "போன உயிர் திரும்பி வராது". இது போலவே போன நேரம் திரும்ப கிடைக்கவே கிடைக்காது.

"நேரம்" இயற்கை தந்தை பெரிய வரம். பயன்படுத்தி பயன்பெறுங்கள். வாழ்வு சிறக்க வாய்ப்பு நிச்சயம் உண்டு.

இந்நூலை அவர்கள் வெளியிடுவதில் நான் மகிழ்ச்சியடைவதுடன் அவர்கட்கு என்றென்றும் நன்றியுள்ளவன் ஆவேன்.

பெ. வேலுச்சாமி.

உள்ளே...

1.	புகுமுன்...	1
2.	அறிஞர்களின் பார்வையில் - நேரம்	7
3.	உங்களது நேரம் உங்களுடையதே	15
4.	நேரத்தைக் கவனியுங்கள்	18
5.	தொலைக்காதீர்கள் நேரத்தை	23
6.	நேரம் நமக்குத் தேவை	27
7.	நேரத்தை அறிதல்	31
8.	நேரத்தை சரிவர பயன்படுத்துவோம்	36
9.	நேரத்தின் விலை தெரியுமா?	39
10.	திட்டத்துடன் நாளைத் தொடங்குங்கள்	42
11.	தொலைபேசியின் தொண்டு	45
12.	நாளுக்கு எத்தனை மணி நேரம்	49
13.	நேற்று, இன்று, நாளை	52
14.	பட்டியல்கள் பலவிதம்....	55
15.	வேலைப்பங்கீடு	60
16.	நேர இழப்புக்கு காரணமானவர்கள்	64
17.	பணி இடங்களில் நேர-நிர்வாகம்	122
18.	நிறைவே - நேரம்	135
19.	எதற்கும் ஒரு நேரம்	138

1
புகுமுன்...

காலத்தை-நேரம்-சமயம்-வேளை பொழுது பலவிதமாக அழைப்பதுண்டு. பொதுவாக ஒரு நாள் என்பது 24 மணி நேரம் கொண்டது. இந்த 24 மணி நேரமும் இரண்டு பெரும் பிரிவுகளாகும். அவை முறையே:-

    அ. பகல்
    ஆ. இரவு

பகல் என்பதன் உட்பிரிவு

    அ. முற்பகல்
    ஆ. பிற்பகல் என இரண்டாகும்.

இதுபோல் இரவுப் பொழுதை

    அ. முன் இரவு
    ஆ. பின் இரவு என அழைப்பதுண்டு.

இந்த மாதிரியாக தனித்தனியாக உள்ள பிரிவுகளை மொத்தத்தில் ஒரு நாள் எனவும் அதற்கு 24 மணி நேரம் எனவும் அறியப்படுகிறது. இது தவிர வேறுவிதமாகவும் அழைப்பதுண்டு. அவை முறையே:-

    காலைப் பொழுது
    மாலைப் பொழுது மற்றும்
    இரவுப் பொழுது.

ஆனால் "காலம்" என்ற பொதுச் சொல் ஒரு கணத்திலிருந்து பல்லாயிரக்கணக்கான ஆண்டுகளையும் உள்ளடக்கியுள்ளது என்பதே பொருத்தமான விளக்கமாகும்.

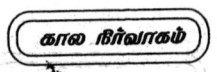

ஆகவே, இவ்வுலகு நேரத்தால் (காலத்தால்) ஆனது. இக் கூற்றினை அனைவரும் கூறி வந்துள்ளதுடன், இக்கூற்று இதுவரை யாராலும் மறுக்கப்பட்டதுமில்லை. இனி காலத்தின் அருமைகளையும் பெருமைகளையும் கவிஞர்களின் வாயிலாகக் காண்போம்.

நேரம் என்பது ஓர் உருவமில்லை; காண முடியாதது எனினும் உணரப்படும் உண்மைத் தொகுப்பாகும். ஆகவே அனைவரும் புரியும் வண்ணம் காலத்தை ஓர் அருவம் என்பான் கவிஞன். கவிஞர்களின் வார்த்தைக்கு மதிப்புக் கொடுப்பது மக்களின் இயல்பான பண்பு.

இனி நேரத்தின் மேன்மையைக் கவனிப்போம். காலத்தினை காண இயலாவிட்டாலும் நிகழ்வுகளின் மூலம் காலத்தைக் கணிப்பது முடிந்தகாரியம். எனவே காலத்தினை நடந்து முடிந்த நிகழ்ச்சிகளின் தொகுப்பை வைத்து அளவிட்டு அறிய முடியும். இது சமயம் காலத்தையும் மனித வாழ்வையும் பற்றி எப்படி அறிவது என்பதற்கான விளக்கம் அறிவோம். காலம் கண்ட மனித வாழ்வை அவரவர் செய்த காரண காரியங்களை அளவுகோலாக வைத்து அறியலாம், தெரியலாம். காலத்தில் அற்புதமாக ஆற்றிய வினைகளை சாதனைகள், கடமைகள் என வகுக்கலாம். இவ்வினைகள் பயனுள்ளவைகளாகவும் பயனில்லாதவைகளாகவும் இருந்திருக்கலாம்.

வாழ்வின் வெற்றியும் தோல்வியும், இன்பமும், துன்பமும் நாம் எவ்வாறு வாழ்நாளை பயன்படுத்தினோம் என்ற அடிப்படையிலேயே அமைகிறது.

நேரம் என்பதனை சிக்கனமாக சிறப்பாக, உபயோகமாக, பண்போடு, மனித நேயத்தோடு, சமூக சிந்தனையோடு, நாட்டுப் பற்றோடு, முறையாகப் பயன்படுத்துவதற்கு வழி காண வேண்டும். நமது வாழ்க்கையின் குறிக்கோள் காலத்தை பயனுள்ளதாகக் கழிக்க வேண்டுமேயொழிய பயனில்லாத வகைகளில் காலத்தைப் போக்கக்கூடாது. இவ்வாறு வீணாகக் காலத்தைக் கழித்ததை காலத்தைத் தொலைத்தல் என்பதே சரியான வார்த்தையாகும்.

ஆகவே நமக்கு இயற்கையில் கிடைக்கப் பெற்ற நேரத்தை பயனுள்ள வகையில் செலவழிப்பதுடன், மீதமுள்ள நேரத்தைப் பயனுள்ள பொழுது போக்குகளில் செலவழிக்க வேண்டும். பொழுது போக்கு என்ற சொல்லே ஒருவகையில் சரியானதல்ல என எனது நண்பர் ஒருவர் கூறுவார் ஏதோ பொழுது நம்மிடம் நிறைய

இருப்பது போலவும் அதை எப்படி பயன்பாடடையச் செய்வது என்பது போலவும் ஒரு தப்பிதமான எண்ணம் உருவாகக் கூடும். ஆகவே பொழுது போக்கு என்பதை விட "பொழுதாக்கம்" என்ற சொல்லே சிறந்தது. ஆகவே பொழுது போக்கு என்பதற்குப் பதிலாக "பொழுதாக்கம்" என்ற ஒரு புதிய சொல்லை தமிழில் நடைமுறைக்குக் கொண்டு வந்துள்ளேன்.

கடந்த நூற்றாண்டுகளில் பல நிகழ்வுகள் ஏற்பட்டிருப்பினும் மனிதன் காலத்தைப் பற்றியும் காலத்தை பயன்படுத்தும் முறைகளையும் அதற்கான நவீன வழிமுறைகளையும் இப்போது கண்டுகொண்டதுடன் பயன்படுத்தவும் தொடங்கி விட்டான்.

இவ்வுலகில் தோன்றிய ஒவ்வொரு மனிதனுக்கும் காலத்தைப் பற்றிய உணர்வு இயற்கையிலேயே உள்ளது. பிறந்தது முதல் காலத்தின் முக்கியத்துவம் அவனை வழி நடத்திச் செல்கிறது அவன் விரும்பினாலும் விரும்பாவிட்டாலும் அவன் பிறந்த அன்றிலிருந்தே அவனது வாழ்க்கை கணிக்கப்படுகிறது. பிறந்த தேதி, ஒவ்வொரு மனிதனின் வாழ்க்கையிலும் மிக உன்னதமான இடத்தைப் பெற்று விடுகிறது. பிறந்தது முதல் கடிகாரம், நாள், தேதி, வாரம், மாதம், வருடம் என பல பற்றின் துணையுடன் வாழ்வின் ஓட்டம் கணிக்கப்படுகிறது. பெரும்பாலும் காலம் என்பதை நாம் நாட்காட்டி அடிப்படையிலும் கடிகாரத்தின் மூலமும் இதுவரை அறிந்துள்ளோம். இவ்வாறாயின் காலம் என்பதன் சரியான விளக்கம்தான் என்ன? என்று நமக்குள் கேள்வி எழலாம்.

காலம் என்பதன் பொருள் உணரப்படுவது. பல நிகழ்வுகள் மூலம் எளிதாக எல்லாருக்கும் அறிவுறுத்தப்படுகிறது. பிறப்பு, வளர்ச்சி, வயது அடிப்படை, இறப்பு போன்ற நிகழ்வுகள் இதற்கு சரியான உதாரணமாகும். நிகழ்வுகள் என்றால் என்ன? என்ற கேள்விக்கு பதில் இங்கு கூறுவது அவசியமாகும். அதாவது முன்பிருந்த நிலை மாறி ஒரு புது நிலையாக மாறுவது மாற்றம் என்றாகும். ஆகவே சுருங்கக் கூறின் நிகழ்வுகள் என்பவை மாறுதலடைவதைக் குறிப்பிடுவதாகும்.

மாறுதல் என்பது உயிரினங்கள் மட்டுமல்லாது காற்றினாலும் கடல் அலைகளினாலும், மழையினாலும் வெயிலினாலும் அறியப்படுகிறது. மேலும் அசையாத பொருள்கள் கூட மாற்றங்கட்கு

உட்படுகின்றன. இன்னும் விரிவாக விளக்க வேண்டுமானால் பூமியின் சுழற்சியால், பகல், இரவு, காலை வெயில், மத்தியான வெயில், பருவ மழை பொய்ப்பது, பனி பெய்வது, பருவகாலங்கள் தோன்றுவது, பனி, சூறாவளி மற்றும் புயல் போன்ற சுழற்சிகளும் வருகின்றன. இதனால் அறிவது காலம் என்பது மாற்றங்களால் அறியப்படுவது. பல நூல்களிலிருந்து அறியப்படும் தகவல் காலம் என்பது சுழற்சிக்குட்பட்டது என உறுதிப்படுத்தப்படுகிறது.

காலம் என்பது மூன்று நிலைகளில் குறிப்பிடப்படுகிறது. அவைமுறையே:-

கடந்த காலம் (செலவழிந்த காலம்)
நிகழ்காலம் (இந்த நாள் என்பதுதான் பொருத்தம்)
எதிர் காலம் (நாளைய தினம் நிச்சயமில்லாதது).

இதில் கடந்த காலம் மிகவும் முக்கியமானது. நமக்கு படிப்பினை தரக்கூடிய காலம். நாம் செலவு செய்தகாலம் இதனை திரும்பப் பெற முடியாது. எனினும் நமது நிகழ்காலத் திட்டங்களை சீராகவும் செம்மையாகவும் தீட்ட நமக்கு உதவும் அனுபவ காலமாகும். நாம் நம்மை ஆராய்ந்து பார்க்க உதவும் இக்கால நிகழ்ச்சிகளை படிக்கட்டாக நினைத்து, நாம் முன்னேற நமக்கு ஒரு வழிகாட்டியாக அமைவது. நாம் செய்த காரியங்களை அலசிப்பார்த்து அதில் உள்ள குறைகளை தவிர்த்து நிறைகளை மேலும் செம்மையாக்க உதவும் ஓர் அனுபவ காலமாகும்.

அடுத்து அமையப் போவது நிகழ்காலம் நிகழ் காலம் என்பது கடந்த காலத்தைப் போல நீண்டு வளர்ந்ததல்ல. உறுதியாகக் கூற வேண்டுமானால் கைவசம் உள்ள இந்த நாள், இந்த நேரம் என்பதுதான். இந்த இடையிலான காலம்தான் உறுதியானது. நம்பிக்கை என்ற எண்ண அடிப்படையில் சிந்தித்து செயல்பட்டு நம்மை நாமே உயர்த்திக்கொள்ள வேண்டும். இதற்கு அடிப்படை கால மேலாண்மையே. கால மேலாண்மையைப் பற்றிய தீர்க்கமான அறிவு முதிர்ச்சியை நமக்கு நாமே வளர்த்துக்கொண்டு இவ்வாழ் நாளில் பலவற்றைசாதிக்க வேண்டும் என்ற உணர்வோடு, செயல்பட்டு இப்புவியில் நமக்கென நிலையான பெயரையும் புகழையும் பதிக்க வேண்டும். மேலும் நீண்ட காலத்திட்டங்களைத் தீட்டி திறம்பட செயல்பட்டு ஒரு நாளுக்கு 24 மணி நேரமென

எண்ணாது 48 மணி நேர உழைப்பு 60 மணி நேர உழைப்பு இல்லை அதற்கு மேலும் 72 மணி நேர உழைப்பு என திறம்பட சிந்தித்து செயல்பட்டு சாதனை வீரனாகத் திகழ்வது நம் கையில்தான் உள்ளது.

ஏதோ பிறந்து, வளர்ந்து இறந்து போனோம் என்ற வரிசையில் வாழாது, பிறந்தோம் 60 வருடம் வாழ்ந்தாலும் 100 வருட பயனுள்ள வாழ்க்கை வாழ்ந்த நிறைவினை அடையும் பேற்றினைப் பெறுவோர், இம்மண்ணுக்கு மகிமை சேர்த்தவர் ஆவார்கள். இத்தகையவர்கள் கால மேலாண்மைக்கான கடமையைச் செய்தவர்கள் என உலகமே போற்றும் வாய்ப்பினைப் பெறுவார்கள்.

இனி எதிர்காலம் (நாளைய தினத்திலிருந்து) பற்றி சிறிது சிந்திப்போம். எதிர்காலம் நிலையில்லாதது, உயிருடன் வாழ்வோமா? உலகம் இருக்குமா? என்றெல்லாம் வீண் எண்ணங்களை மனதில் கொள்ளாது நல் திட்டங்களை தீட்டி திறம்பட வாழ வழி வகுப்பது அவரவர்கள் தங்களைத் தயார் செய்துகொள்ள வேண்டிய இறுதிப் பகுதியாகும்.

இந்நூலை எழுதப்புகுமுன் என்னையே நான் தங்கத்தை உரசிப்பார்க்கும் பொன் வேலை செய்யும் வல்லுனராக நினைத்தேன். கால மேலாண்மை பற்றிய அடிப்படை அறிவுடன் வளர்ந்துள்ளேனா? என ஆராய்ந்தேன். எனக்கு நினைவு தெரிந்த நாளிலிருந்து இந்த நாள்வரை நான் காலத்தை மதித்த விதமும் செய்த செயல்களும் என்னையே நான் வியந்து கொண்டதில் ஆச்சரியமில்லை என்பதனை சுருக்கமாக தர எண்ணுகிறேன்.

நான் பள்ளியில் படிக்கும் காலத்திலிருந்து இன்று வரை காலை 4 மணிக்கு எழுந்திருப்பது என்பது உண்மைத்தகவலாகும். இதன் பயனாக எனக்கு வேலை செய்யும் நேரம் அதிகமாகக் கிடைத்தது. பல அரிய செயல்களை செய்ய முடிந்தது. அரிய செயல்கள் என்றால் பிறர்க்கு உதவுவது, புத்தகங்கள் நூல்கள் எழுதுவது மேடைப் பேச்சுகள் பேசுவது, பொதுக் காரியங்களில் ஈடுபட்டு சேவை செய்வது. அலுவலக காரியங்களில் பல சிறப்பான வேலைகள் செய்ததற்காக புகழும் பெருமையும் கிடைத்தது. உத்தியோக உயர்வுக்காக இல்லாது அறிவு வளர்ச்சிக்காக

மாலைக் கல்லூரியில் படித்தும் பல தகுதிகள் பெற்றதும் இதில் அடங்கும். இன்றும் இந்த வயதிலும் (மூத்த குடிமகன்) பல சங்கங்களில் உறுப்பினராக இருந்து சேவை செய்கிறேன். எல்லாவற்றிற்கும் மேலாக எனது பயனுள்ள பொழுது போக்கு சேகரிப்புகளைப் பற்றிய தகவல்கள், கண்காட்சிகள் உலகில் பல நாடுகளில் பாராட்டுப் பெற்றுள்ளன. சிறிய கிராமத்தில் பிறந்த எனக்கு, புகைவண்டி பேருந்து, சொகுசு கார், துரிதமாக ஓடும் இரண்டு சக்கரவாகனம் போன்ற இக்கால நாகரிக வளர்ச்சியைக் காண வாய்ப்பு அன்று இல்லை. ஆயினும் காலமேலாண்மை பற்றிய அறிவு எனக்குள் தோன்றிய காரணத்தால், காலத்தை மதிக்கக் கற்றுக்கொண்டேன்.

காலத்தை மதித்த காரணத்தால் சுறுசுறுப்பு, வேகம், எதனையும் உற்று நோக்கும் தன்மை சிந்திப்பது, படிப்பது, எழுதுவது, பேசுவது, பல பெரியோர்களின் மேடைப் பேச்சுகளைக் கேட்பது என்ற பெரும்பாக்கியங்களை அரவணைத்தேன். இதன் பயனாக இன்று "கால நிர்வாகம்" என்பது எனது கட்டுப்பாட்டில் உள்ளது என்பதை மிகப் பெருமையுடன் உங்களுடன் பகிர்வதில் ஆனந்தம் அடைகிறேன். எத்தனையோ கற்றறிந்த பெரியோர்கள் என்னைப் பார்த்து, வியந்த வியப்பும் அவர்கள் சொன்ன சொற்களும் இன்றும் என்னை ஊக்குவித்துக்கொண்டிருக்கின்றன. இந்த நூல் பாராட்டுப் பெறுமாயின் அப்புகழ் அவர்களையே சாரும்.

2

அறிஞர்களின் பார்வையில் - நேரம்

அமைதியின் ஆற்றலை சிறப்பாகக் கற்பிக்கும் காலம்தான் ஒருவருக்குச் சிறந்த நண்பன்.

– **ஏ.பி. ஆல்காட்**

இன்று உயிர் மூச்சைத் தொடங்கினேன் காலம் சுழல்கிறது. எங்குத் தொடங்கினேனோ அங்கேயே நான் முடிவுறுவேன். என் வாழ்க்கையின் ஓட்டம் ஒரு வட்டமே.

– **ஷேக்ஸ்பியர்**

இந்தக் கடிதத்தை வழக்கத்திற்கு மாறாக நீட்டி விட்டேன். ஏனென்றால் இதைச் சுருக்குவதற்கு நேரமில்லை.

– **பிளெய்ஸ் பாஸ்கல்**

எவ்வளவு நல்ல நேரத்தை மோசமான பொருள்களில் இழக்கிறீர்கள்.

– **செனேகா**

எவ்விதத் திட்டமும் இல்லாமல், நடக்கிறபடி நடக்கட்டும் என்று இருந்து விடுகிறவர் காலத்தை சந்தர்ப்பத்தின் கையில் ஒப்படைத்து விடுகிறார். அதன் விளைவாக எல்லாமே குளறுபடியாகிவிடும்.

– **விக்டர் ஹ்யூகோ**

எதுவுமே பார்வைக்கு எளிதாகத் தோன்றும்; ஆனால் அது அத்தனை எளிதன்று.

– **அயர்லாந்து மன்னர் மர்ஃபி**

எந்த வேலையும் நாம் நினைப்பதை விட அதிக நேரம் எடுத்துக் கொள்கிறது.

- மர்ஃபி

எவ்வளவு இனியதாயினும், எதிர் காலத்தை நம்பியிராதீர்கள்!

இறந்த காலம் இறந்ததாகவே இருக்கட்டும்! வாழும் இன்றைய நாளில் செயல்படுங்கள்! செயல்படுங்கள்!

- லாங்ஃபெலோ

ஒளிந்திருப்பதையெல்லாம் காலம் வெளிச்சத்திற்குக் கொண்டு வந்துவிடும்; ஒளிர்வதெல்லாம் அது மூடி மறைத்து விடும்.

- ஒரேஸ்

ஒளிப்பதற்கு முயலாதீர்கள். எல்லாவற்றையும் காலம் பார்த்துக் கொண்டும், கேட்டுக் கொண்டும் இருக்கிறது. அது எல்லாவற்றையும் வெளிப்படுத்தி விடும்.

- சோஃபக்கின்ஸ்

ஒரு நாள் கொடுப்பதை அடுத்தநாள் எடுத்துக் கொள்கிறது.

- ஜார்ஜ் ஹெர்பர்ட்

ஒவ்வொரு நாளையும், அதுவே நம் கடைசி நாள் என்பதைப் போலக் கழிக்க வேண்டும்.

- பப்லியஸ் சைரஸ்

கடந்த காலமும், எதிர்காலமும் ஊடு இழையாகவும், பாவு இழையாகவும் உள்ள தறியில் நாட்கள் உருவாகின்றன.

- எமர்சன்

காலத்திடமிருந்து பிரிக்க முடியாத உடைமை; மேலும் மேலும் உண்மை விளம்பும் தன்மை.

- பேகன்

பெ. வேலுச்சாமி

காலம் என்பது மனத்தால் மட்டுமே உணரப்படுவது;
காலம் என்று உண்மையில் எதுவும் இல்லை.

– காண்ட்

காலம், வெளி, காரணம் ஆகிய கண்ணாடிகளின் வழியாக நாம் முழுமையாகப் பார்க்கிறோம். ஆனால் அந்த முழுமையில் காலமோ, வெளியோ காரணமோ இடம் பெற்றிருக்கவில்லை.

– சுவாமி விவேகானந்தர்

காலம் என்பது என்னவென்று எனக்குத் தெரிகிறது. கேட்பவர்களுக்கு விளக்க முற்பட்டால் எனக்கு ஒன்றுமே தெரியவில்லை.

– ஆரெலியஸ் அகஸ்டஸ்

காலம் என்பது தொடர்ச்சியான இரு உணர்ச்சிகளுக்கிடையே உள்ள உறவாக உணரப்படுவது.

– ஜான் லாக்

காலம் என்பது தனித்த சக்தி அது மற்ற சக்திகளினின்றும் விலகி நின்று ஒரே வேகத்தில் செயல்படுவது.

– ஐசக் நியூட்டன்

சோம்பர் என்பவர் தேம்பித்திரிவர்.

– ஔவை

காலம் ....
காத்திருப்பவருக்கு மிக மெல்லவும்
அஞ்சுபவருக்கு மிக விரைந்தும்
துன்புற்றவருக்கு மிக நீண்டும்
இன்புற்றவருக்கு மிக
குறுகியும் செல்கிறது.
அன்புடை நெஞ்சங்களுக்கோ
காலம் என்பதே இல்லை

– ஹென்றி வான் டைக்

காலம் என்பது உலகத்தின் உயிர்.

– பித்தாகொரஸ்

காலத்தைப் பயன்படுத்துங்கள்; வாய்ப்புகளை நழுவ விடாதீர்கள்; மலரும் போதே கொய்யப்படாத மணமலர்கள் சிறிது பொழுதில் வாடி வதங்கிவிடும்.

- ஷேக்ஸ்பியர்

காலம் என்பது ஆசிரியர்களுக்கெல்லாம் ஆசிரியர்.

- பேகன்

காலமும் கடலலையும் யாருக்காகவும் காத்திருப்பதில்லை.

- ரிச்சர்டு பிராத் வெயிட்

காலடியில் காலம் வழுக்கிச் செல்கிறது. பிறக்காத "நாளை" இறந்துவிட்ட "நேற்று" இன்று இனிமையாக இருக்கும் போது அவற்றை நினைத்து அச்சம் ஏன்?

- ஃபிட்ஸ் ஜெரால்டு

காலம் என்ற மூலிகை எல்லாப் பிணிகளையும் தீர்க்கிறது.

- பெஞ்சமின் ஃபிராங்க்ளின்

காலம் கடந்து செல்கிறதா? இல்லை காலம் நிலைத்துள்ளது. நாம்தான் கடந்து செல்கிறோம்.

- ஆஸ்டின் டாப்சன்

காலம் என்பது அதை உணரும் தன்மையைப் பொறுத்தது.

- ஐன்ஸ்டைன்

காலத்தின் கருவில் எத்தனையோ நிகழ்வுகள் பிறக்க இருக்கின்றன.

- ஷேக்ஸ்பியர்

காலத்தின் சிறகுத்தேர் விரைந்து வரும் ஓசையை எனக்குப் பின்னால் எப்போதும் கேட்கிறேன்.

- ஆண்ட்ரூ மார்வெல்

காலத்தைக் காலத்தின் மூலம்தான் வெல்ல முடியும்.

- டி.எஸ். எலியட்

காலம் எல்லாரையும் வென்று விடுகிறது; நாம் காலத்திற்குக் கீழ்ப்படிவோம்.

– **போப்**

காலம் என்பது அதை உணரும் தன்மையைப் பொறுத்தது. ஒரே நிகழ்வு இரண்டு விதங்களில் உணரப்படலாம். இடியும், மின்னலும் ஒரே நிகழ்வுதான் என்றாலும் அவை ஒன்றாக உணரப்படுவதில்லை.

– **ஐன்ஸ்டைன்**

காலத்தைத் தேர்வு செய்தல் காலத்தைச் சேமிப்பதாகும்.

– **பேகன்**

காலத்தை நாம் கவனிப்பதில்லை; ஆனால் அதனுடைய இழப்பை மட்டுமே கவனிக்கிறோம்.

– **எட்வர்டு யங்**

காலத்தின் மதிப்பு எல்லாராலும் பேசப்படுகிறது. ஆனால் ஒரு சிலரால் மட்டுமே செயலாக்கம் பெறுகிறது.

– **செஸ்டர் ஃபீல்டு பிரபு**

காலை உணவுக்கு முற்பட்ட ஒரு மணி நேரம் அந்நாளில் பிற்பட்ட இரண்டு மணி நேரத்திற்கு இணையான மதிப்புடையதாகும்.

– **வில்லியம் ஹோரன்**

காலங்கள் மாறுகின்றன; நாமும் அவற்றோடு மாறுகிறோம்.

– **இரஃபேல் ஹாலின்ஷெட்**

காலம் கொடுக்காததைக் காலத்தால் எடுத்துக்கொள்ள முடியாது.

– **ஹென்றி வான்டைக்**

காலமொரு மூன்றும் கருத்திலுணர்ந்தாலும் அதை ஞாலந்தனக்குரையார் நல்லோர் பராபரமே.

– **தாயுமானவர்**

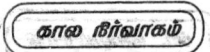

ஞாலம் கருதினுங் கைக்கூடும் காலம் கருதி இடத்தாற் செயின்.

- திருவள்ளுவர்

துன்பமான ஒருமணி நேரம் இன்பமான ஒரு நாளுக்கு இணையாக நீண்டிருக்கும்.

- தாமஸ் ஃபுல்லர்

நாட்கள் அறியாதவற்றை ஆண்டுகள் அதிகமாகக் கற்பிக்கின்றன.

- எமர்சன்

நாட்கள் கடந்து செல்கின்றன. நம் கணக்கில் பற்றெழுதப்படுகின்றன.

- மார்ஷியல்

நிகழ் காலமும், கடந்த காலமும் எதிர் காலத்தில் அடக்கம். எதிர் காலம் கடந்த காலத்தில் அடக்கம்.

- டி.எஸ். எலியட்

நிகழ்காலத்தை இழப்போமானால் எல்லாக் காலத்தையும் இழந்து விடுவோம்.

- பெங்ஃகாம்

நினைவில் கொள்ளுங்கள்; நேரம்தான் பணம்.

- பெஞ்சமின் டிசுரேலி

நினைவில் கொள்ளுங்கள்; நேரம்தான் பணம்.

- பெஞ்சமின்ப் பிராங்க்ளின்

நிமிடங்களில் கவனம் செலுத்துங்கள்; மணிகள் தங்களைத் தாங்களே கவனித்துக் கொள்ளும்.

- செஸ்டர் ஃபீல்டு பிரபு

நீங்கள் தாமதப்படுத்தலாம். ஆனால் நேரம் நிற்காது.

- பெஞ்சமின் ஃபிராங்க்ளின்

நீங்கள் வாழ்க்கையை நேசிக்கிறீர்களா? அப்படியானால் காலத்தை வீணாக்காதீர்கள்; வாழ்க்கை என்பது காலத்தால் உருவானது.

– பெஞ்சமின் ஃபிராங்க்ளின்

நெசவுத்தறியின் பாவுக் கதிரைவிட எனது நாட்கள் விரைந்து செல்பவை.

– யாரோ

நேரத்தை மோசமாகக் கழிப்பவர்களே அது போதவில்லை என்று குற்றம் சொல்லுவார்கள்.

– லா பு. ரூயா

நேரம் இருக்கும்போதே நேரத்தை எடுத்துக் கொள்ளுங்கள். நேரம் கடந்து விட்டால் நேரம் என்பது நேரமில்லை.

– யாரோ

நேரத்தை இலாபமாக அடைபவருக்கு எல்லாமே இலாபம்தான்.

– பெஞ்சமின் டிசுரேலி

நேரத்தைவிட விலையுயர்ந்ததும் விலை மதிப்பற்றதும் எதுவும் இல்லை.

– இரபே லைஸ்

பல்வேறு மனிதர்களுடன் பல்வேறு வேகங்களில் காலம் பயணம் செய்கிறது.

– ஷேக்ஸ்பியர்

புதிய வழிமுறைகளைக் கையாளாதவர் புதிய இன்னல்களை எதிர்பார்க்கலாம். காலம்தான் மிகப் பெரிய புதுமையாளர்.

– பிரான்சிஸ் பேகன்

பேதைமைக்கும், அழகுக்கும் காலத்தைத் தவிர எதிரியில்லை.

– யேட்ஸ்

முந்தைய நாளைப் போன்று அடுத்த நாள் எப்போதுமே சிறந்ததாக இருந்ததில்லை.

– பப்லியஸ் சைரஸ்

விரயமான நேரம் – வெறும் பிறவிக்காலம். பயனாகிய நேரம்தான் வாழ்க்கை.

– யங்

விரைவுக் காட்டுங்கள்; வரும் நாழிகைக்காகக் காத்திருக்காதீர்கள். இன்று முயலாதவர்கள் நாளை இயலாதவர்களே.

– ஓவிட்

3
உங்களது நேரம் உங்களுடையதே

இவ்வுலகில் பிறந்த நமக்கு தார்மீக அடிப்படையில் பல கடமைகள் உள்ளன. அதேபோல் அநேகவிதமான உரிமைகள் உண்டு. எல்லாவற்றிற்கும் மேலாக தனிமனித சுதந்திரம். இவ் அடிப்படையில் நமக்கு உள்ள நேரத்தை நாம் எப்படி வேண்டுமானாலும் பயன்படுத்திக்கொள்ளலாம். நாம் எந்த விதமான வழிவகைகளிலும் பயன்படுத்துவது என்பதனை இருவகைப்படுத்தலாம்.

1. பயன் உள்ளவாறு காலத்தை செலவழித்தல்
2. பயனிலா வழிகளில் காலத்தை வீணாக்குதல்

மேலே கண்ட இருவகைகளில் நமது சொந்த வாழ்க்கையில் நாம் எந்த வழியில் நமக்குக் கிடைத்துள்ள நேரத்தை பயன்படுத்துகிறோம் என்று கண்டறிதல் வேண்டும். நாட்களை முழுதும் பயன்படுத்தி கொள்கிறோமா? இல்லை நாட்களை வீணடிக்கிறோமா? என சிந்தியுங்கள். காலையில் எழுவதிலிருந்து இரவு வரை நாம் நேரத்தை எவ்வாறு கையாள்கிறோம் என்பதுதான். நமது நேரம் வீணாகாமலிருக்க நமது வேலைத் திட்டத்தை சீராகச் செய்ய வேண்டும். இதில் ஏதாவது சிக்கல்கள் இருப்பின் அதை யோசித்து, சீராக்க வேண்டும்.

காலையில் எழுந்து, பல் துலக்கி காலைக் கடன்களை முடித்து, அலுவலகம் அல்லது வேலைக்குச் செல்ல ஆயத்தமாகும் வரை நேரம் வீணாகாது கவனமாக இருப்பின், உரிய நேரத்தில் அலுவலகம் செல்லலாம். மேலும் அலுவலக பணிகள் சரிவர நடைபெற மன ஆர்வமும் சிறப்பாக இருக்கும். இவ்வாறில்லாது

நடைமுறையில் உங்களது நேரம் வீணாகி பல மன உளைச்சல் ஏற்பட்டு, அலுவலகம் செல்வதும் தாமதமாகி, அலுவலகம் சென்றும் பணிகளைச் செம்மையாகச் செய்ய முடியாமல் போகலாம். இந்த நிலைக்கு நீங்கள் ஆளாகக் கூடாது. இந்த நிலை உங்களுக்கு ஏற்பட்டால் பாதிக்கப்பட்ட அவரவர்கள்தான் அதற்கான காரணத்தை அலசி ஆராய்ந்து, சிந்தித்து வீணாகக் காலம் கழிவதைத் தவிர்க்க வேண்டும்.

இனி சிறு சிறு அலட்சியமான போக்கையும் அதை நிவர்த்தி செய்வதால் நேரம் சேமிப்படையும் வாய்ப்பையும் காண்போம். பொதுவாக எந்த ஒரு வேலை செய்யும் போதும் கவனமாகச் செய்ய வேண்டும். உதாரணமாக அலுவலகத்திலிருந்தோ வெளியிலிருந்தோ வீட்டிற்கு வந்ததும் துணிமணிகளை ஒழுங்காக அதற்கான கோர்ட் ஸ்டாண்டில் கசங்காமல் போடுவதுடன், பையில் உள்ள பேனாவை உரிய இடத்தில் அதாவது மேஜை மீது அதற்கான இடத்தில் வைத்தல் அவசியம். வீடு திரும்பும்போது சட்டைப் பையிலுள்ள ரசீதுகள் (ஏதாவது ரிப்பேருக்கு சாமான்களை கொடுத்ததற்கான அத்தாட்சி) மற்றும் பணங்கள் போன்ற இதர சின்ன சின்ன பேப்பர்களை அதற்கான இடங்களில் பத்திரமாக வைத்தல் அவசியம். இவ்வாறு செய்தால் துணிமணிகள் கசங்காமல் அடுத்த நாள் அலுவலகம் செல்ல உபயோகிக்கலாம். வீண் வாஷிங் செலவு இஸ்திரி செலவு குறையும். அதுபோல் பையிலிருந்த பேப்பர்கள் ரசீதுகளை அடுத்த நாள் தேவைப்படும் போது சிரமமில்லாமல் நேரம் வீணாகாமல் எடுத்துப் பயன்படுத்தலாம். இப்படிச் செய்வதால் நேரம் மட்டும் வீணாகாமலிருப்பதுடன் மனமும் மகிழ்ச்சியாகவும் இருக்கும். நவீன காலத்தில் எத்தனையோ நடைமுறை மாற்றங்கள் உள்ளது. அதாவது தண்ணீர் வரி, வீட்டுவரி டெலிபோன் கட்டணம், இதுபோன்ற காரியங்கட்காக அலைய வேண்டியதில்லை. முன் கூட்டியே திட்டமிட்டு விரைவாக பணம் செலுத்தும் வழிமுறைகளைக் கையாண்டால் போக்குவரத்துச் செலவு, நேர விரயங்களை தவிர்ப்பதுடன் இதர செலவுகளையும் குறைக்கலாம்.

உங்களுக்கான சேமிப்பு நேரம்

நேரத்தைத் திட்டமிட்டு சிக்கனமாக அதே சமயம் துரிதமாக வேலை செய்வதால் உங்களுக்கு பிறரைவிட நேரம் மீதமாகும். இது மாதிரி நேரத்தை நல்லபொழுதுபோக்குகளில் பயன்படுத்துங்கள்.

நல்லபொழுது போக்குகளில் ஒன்று காலையில் உடற்பயிற்சி, மெல்ல நடத்தல், ஓடுதல் போன்ற உடல் நலம் சம்பந்தப்பட்ட காரியங்கள். இதனால் உங்கள் உடல் நலம் பேணப்படுகிறது. அன்றாட அலுவலகப் பணி முடிந்து அமைதியாக இருக்கும்போதும் ஓய்வெடுப்பது நல்லது. ஓய்வு நேரங்களை நல்ல பொழுது போக்கு விஷயங்களில் செலுத்தலாம். நல்லபொழுது போக்கு மனத்திற்கு சாந்தியை அளிப்பதுடன் சில சமயங்களில் அது நல்லெண்ணத் தூதுவராகவும் அமையலாம். ஒரு சிலரின் பொழுதுபோக்கு அவர்கட்கு உபரி வருமானத்தைக் கூட உண்டுபண்ணும். உபரி நேரத்தில் ஓவியம் வரைதல், நல்ல கதைகள், கவிதைகள் எழுதுதல். இப்படி ஓய்வு நேரம் பொழுது போக்கிற்காக எழுத முற்பட்டவர்கள் பெரிய எழுத்தாளராக வந்துள்ளார்கள். ஓவியம் வரைந்து பழகியவர்கள், பிற்காலத்தில் சிறந்த ஓவியர்களாகக் கூட வந்துள்ளார்கள். எனக்குத் தெரிந்த சிலர் பொழுது போக்காக சில சேகரிப்புகள் செய்தும் சிறு சிறு கட்டுரைகள் எழுதத்துவங்கி தற்போது பெரிய பெரிய சாதனையாளராகத் திகழ்ந்துள்ளார்கள். சிலர் ஓய்வு நேரங்களில் ஏழை மாணவர்கட்கு இலவசமாக பாடம் சொல்லிக் கொடுத்து, நல்வாழ்த்துக்களைப் பெற்றுள்ளார்கள். இச்சமூகத்தில் நல்ல தகுதியைப் பெற நமது ஓய்வு நேரங்களைப் பயன்படுத்தி நம்மை பொதுத் தொண்டிலும் ஈடுபடுத்திக் கொள்ளலாம். ஆகவே நமக்குச் சொந்தமான உபரி நேரத்தை பயனுள்ள வகையில் பயன்படுத்தி, பிறர் பாராட்டைப் பெற முயலுவோமாக.

4
நேரத்தைக் கவனியுங்கள்

"நேரம்" என்பது "காலம்" என்ற சொல்லின் எளிமை. காலம் என்ற பெரும் வார்த்தையில் பொதிந்து கிடப்பது முக்காலம். பல ஆயிரம் ஆண்டுகளையும் கடந்த காலங்களையும் சரித்திர ஆராய்ச்சியில் காணப்படும் நிகழ்வுகளையும் குறிப்பிடும்போது பயன்படுத்தப்படும் சொல்லே "காலம்" என்பது.

நேரம் என்பது சமீபத்திய நிகழ்வுகளை குறிப்பிடும்போது பயன்படும். அன்றாடப் பணிகளில் சம்பந்தப்பட்ட குறுகிய காலத்தை நாம் வழக்கில் "நேரம்" மற்றும் டயம் என்ற ஆங்கிலச் சொல்லையும் குறிப்பிடுகிறோம். மொத்தத்தில் அன்றாடப் பணிகளுக்கு ஒதுக்கும் காலத்தை நேரமென எண்ணுகிறோம்.

இனி நேரத்தின் வளத்தை அறிவோம். வளம் எனக் குறிப்பிடக் காரணம், நேரம் என்பதிலிருந்து விளைவுகள் ஏற்படுவதுண்டு. விளைவுகளை புணிகள் எனவும் குறிப்பிடலாம். பணிகள் ஆற்றுவதன் காரணமாக பயன்கள், அதாவது முடிவுகள் கிடைப்பதுண்டு. இப்பயன்கள் நமது அன்றாட வாழ்க்கைக்கு அவசியமானவை மற்றும் அத்தியாவசியமான பயன்கள் முடிவாகக் கிடைக்கின்றன. நேரத்தைச் செலவழிப்பதில் கிடைக்கும் முடிவுகள் இரண்டு வகைப்படும்.

1. பயன்பட்ட நேரம்

2. பயனில்லா நேரம் (வீணாகக் கழிக்கப்பட்ட நேரம்)

இப்புவியில் பிறந்த மக்கள் அனைவர்க்கும் இறைவன் அளித்த காலம் / நேரம் சமமானது. எவ்வாறெனில் வருடம், மாதம், வாரம், நாள் என்பது அனைவர்க்கும் சமமே. நாடு, இனம், மதம், ஏழை, பணக்காரர், உயர்ந்தவர், தாழ்ந்தவர், ஆண், பெண், பெரியவர், சிறியவர் என எல்லாருக்கும் வித்தியாசமில்லாது சமமாகக் கிடைப்பது நாள் ஒன்றுக்கு 24 மணி நேரமே.

காலம் என்பது எல்லாருக்கும் சமம் என்றாலும், "சிலர் நேரங்களை முழுமையாக வீணடிக்கின்றனர். அநேகர் பெரும் பகுதியையும் வீணடிக்கின்றனர். ஆனால் அனைவரும் சிறிதேனும் வீணாக்காமலிருப்பதில்லை" என மாத்யூ ஆர்னால்டு கூறினார்.

"காலம் - பொன் போன்றது" இது ஒரு பழமொழி. காலம் - உயிர் போன்றது இது ஒரு புதுமொழி. இப்பழமொழி, புதுமொழிகளில் யாருக்கும் கருத்து வேற்றுமை இருக்க முடியாது. ஆயினும் காலத்தைச் சரியாகப் பயன்படுத்துவதைப் பற்றிப் பலர் சிந்திப்பதில்லை. இதன் பயனாக காலம் அவர்களைக் கடந்து செல்கின்றது. பயனின்றிக் கழித்த காலம் குறித்துப் பின்னால் ஐயோ வீணாகப் பொழுதைப் போக்கி விட்டேனே என வருந்தியோர் இப்புவியில் ஏராளம், ஏராளம்.

நேரத்தை சேமித்து வைப்பதென்பது ஒரு சிலருக்கே எளிதான கலை. ஆனால் நேரத்தை சேமித்து வைக்க எங்கும் சேமிப்புப் பெட்டகமோ, வங்கியோ, உண்டியலோ கோணிப்பையோ கிடையாது. ஆனால் நேரத்தைத் திட்டமிட்டு, குறிக்கோளோடு பயன்படுத்துவதால் கிடைக்கின்ற பலன்கள் வெளிப்படையாகத் தெரியாமலிருக்கலாம். ஆயினும் காலப்போக்கில் அதனால் கிடைக்கின்ற பலன்கள் கற்பனைக்கும் எட்டாத அளவிற்கு புகழையும் மனச் சாந்தியையும் உண்டு பண்ணும்.

பலர் புலம்புவதைப் பார்த்து பரிதாபப்பட்டுள்ளேன். அந்தப் புலம்பல் என்ன தெரியுமா? ஐயோ எனக்கு நேரமே இல்லையே! என்பதுதான். இதற்குக் காரணம் காலத்தை சரியாகப் பயன்படுத்தும் வழிமுறைகளைத் தெரிந்து கொள்ளாததுதான். அது மட்டுமல்ல அதில் வெற்றி பெற வழிவகைகளைப் பற்றி காலமேலாண்மை வல்லுனர்களை அணுகாமல் இருந்ததும் ஆகும். ஆகவே கால மேலாண்மை பற்றிய அடிப்படை சிந்தனையை வளர்த்துக் கொள்ள முயலுதல் அவசியம்.

சிந்தியுங்கள் செயல்படும் முன்....

எப்போதும் நேரத்தை சிக்கனமாக செலவழிக்க எண்ண வேண்டும். சிக்கனமாக செலவழிக்க வேண்டும் என்பதைவிட நமக்கு ஒரு காரியத்தை செய்வதற்கு ஆகும் நேரத்தை சேமிக்க வேண்டும் என்ற எண்ணத்தை உருவாக்க வேண்டும்.

ஒரு காரியத்தை எட்டு மணி நேரத்தில் முடிப்பது இலக்கு என்று கொள்வோம். சிந்தித்து திட்டமிட்டு செயல்பட்டால் அந்த எட்டு மணி நேர இலக்கிற்கான பணியை சுமார் ஆறு மணி நேரத்தில் முடித்தால், இரண்டு மணி நேர சேமிப்பு கிடைக்கிறது. இந்த இரண்டுமணி நேரத்தில் வேறு பணிகளைச் செய்து அதிக வருமானத்தைப் பெருக்கலாம். வேறு விதமாகக் கூறினால் இந்த இரண்டு மணி நேர சேமிப்பை பயனுள்ள வேறு காரியங்களில் செயல்படுத்தலாம். இனியும் சொல்லப்போனால் எட்டுமணி இலக்கை ஆறுமணி நேரத்தில் முடித்தது போல் இன்னும் முயன்று அப்பணியை நான்கு மணி நேரத்தில் முடிக்க எதிர்காலத்திட்டமிடலாம். ஆக எட்டு மலனி நேர இலக்கை, நான்கு மணி நேரத்தில் செய்ய முடிந்தால் அவரது வெற்றி இலக்கு இருமடங்காவதுடன் வருமானம் பெருக வாய்ப்புண்டு. மேலும் அலுவலக வேலையாயிருப்பின் அதிகாரிகளின் பாராட்டுதல்களைப் பெறுவதுடன், படிப்படியாக முன்னேறவும் பதவி உயர்வுக்கான வாய்ப்பும் அமையும்.

தவறுகளைத் திருத்த முயலுங்கள்

தவறு ஏற்படுவது தவிர்க்க முடியாதது. செய்த, கண்டறிந்த தவறுகளை இனி வராது தடுத்து நிறுத்துவது, வெற்றிப் படியின் அடிப்படையாகும். பொதுவாக நம்மில் சிலர் சிறிய காரியங்களில் அதிக கவனம் செலுத்தி, பெரிய காரியங்களில் குறைந்த கவனம் செலுத்துவர். இதனால் காலவிரயம் ஏற்படுவதுடன் தவறு செய்த குற்ற உணர்வு நம்மை வந்தடையும்.

பண சம்பந்தப்பட்ட காரியங்களில் முடிவெடுப்பதும், சிறிய காரியங்களில் முடிவெடுப்பதற்கும் பெருமளவு வித்தியாசமுள்ளது. அதே சமயம் மிகப் பெரிய தொகை சம்பந்தமான விஷயங்களில் முடிவெடுப்பதில் அதிக கவனம் செலுத்த வேண்டும். முடிவெடுத்து நேரம் செலவழிப்பது எல்லாம் நாம் மேற்கொள்ளும் பணியைப் பொறுத்தது. இதில் காலம் தன்னை சரியான அளவு ஈடுபடுத்தவேண்டும். காரியங்களை முடித்தவுடன் தவறு எங்காவது ஏற்பட்டிருப்பின் கண்டுபிடித்து, தவறை திருத்திக்கொள்ளவும் வேண்டும்.

செ. வேலுச்சாமி

நேரம் நல்ல நேரம்

எக்காரியத்தைச் செய்ய முற்படும் போதும் முழுமனதுடன், ஆர்வமாக ஊக்கமாக, உற்சாகமாக தொடங்க வேண்டும். "நல்ல ஆரம்பம் பாதி வேலை முடிந்ததற்குச் சமம்" என்பர் சாதனையாளர்கள். எக்காரியத்தையும் செய்யவேண்டும் என்று உங்களிடம் ஆர்வம் இருப்பின், அது சம்பந்தமான சிந்தனையில் ஈடுபட்டு காரியத்தில் முழுமுச்சாக இறங்கவேண்டும். இது தொடர்பாக நெப்போலியன் கூற்றை இங்கு நினைவு கொள்வோம். "வாய்ப்புகளுக்காகக் காத்திருப்பவன் கோழை, நான் வாய்ப்பினை உருவாக்கிக் கொண்டிருக்கிறேன்" என்றார்.

சரியான நேரம் வரட்டும் என்று வேதாந்தம் பேசுபவன், வெறும் பேச்சாளியாகவே இருப்பான். செயல்வீரன் என்பவன் இந்தநாள் இனியநாள், இந்த நேரம் இனிய நேரம் என்று நேரத்தையே வாய்ப்பாகக்கொண்டு காரியத்தில் இறங்கி வெற்றியை அடைவான்.

விருப்பமில்லாமல் காரியத்தைத் தொடங்குபவர்களும், இலட்சியமே இல்லாதவர்களும் ஏதோ அரைகுறை எண்ணத்துடன் செயல்படுபவர்கள் அரை கிணற்றைத் தாண்டுபவர்கட்கு ஒப்பாவார்கள். ஆகவே எந்த நேரத்திலும் முழுமனதுடன் காரியத்தில் இறங்குபவர்கள் முழு கிணற்றைத் தாண்ட முயற்சித்து முன்னேறியவர்கட்கு இணையானவர்கள்.

ஆர்வம் அவசியம்

எப்போதும் ஒரு காரியத்தை செய்ய முற்பட்டால் அதற்கு அடிப்படைத் தேவை ஆர்வம். ஆர்வம் என்பது ஓர் உந்துதல். தெளிவாகக் கூற வேண்டுமானால் செய்ய வேண்டும், முடிக்க வேண்டும், முன்னேற வேண்டும் என்ற எண்ணமே "உந்துதல்" ஆகும். உந்துதல் எழும்போது, விருப்பமுள்ள பணியைச் செய்ய எப்படியும் நேரத்தைக் கண்டுபிடிப்பதுடன், வெற்றியையும் அடையமுடியும். விருப்பமில்லாத வேலை அநேகமாக வீண் வேலையாகவே முடிவடையும் என்று கூறவும் வேண்டுமோ? ஆகவே விருப்பமான பணியைத் தேர்ந்தெடுத்து வெற்றிகரமாக முடித்து நல்ல முடிவினைப் பெறுங்கள். ஒரு காரியத்தைச் செய்ய ஆர்வம் அவசியம் என்ற கருத்தை வலியுறுத்துவீர்.

விருப்பமில்லாத வேலையைச் செய்யும்போது காலவிரயம், பணவிரயம் ஏற்பட வாய்ப்புகள் அதிகம். அதே சமயம் விருப்பமான வேலையைச் செய்வதால் கால சேமிப்பு, பண வருமானம் மற்றும் சாதனை புரிந்ததற்கான மனநிலை ஏற்படும். விருப்பமான வேலை என்பது மனதுக்கு பிடித்தமான வேலையாக இருப்பதால் ஓய்வு தேவைப்படாது. இந்த வேலை ஒரு பொழுது போக்கு சாதனை போல் அமைந்தாலும் வியப்பில்லை.

5
தொலைக்காதீர்கள் நேரத்தை

நேரம் - நல்லபடியாக, செலவு செய்யப்படவேண்டும். நேரத்திடம் விசுவாசமாகவும், உண்மையாகவும் நடந்து கொள்ளுங்கள். நேரத்தை சரியாகப் பயன்படுத்துவதும், தொலைப்பதும் உங்களுடைய மேற்பார்வையில்தான் உள்ளது. ஆகவே நேர நிர்வாகத்தை திறன்பட செய்யுங்கள். நேரத்தைக் கழிப்பதனை நல்லபடியாக செய்வதாக பாசாங்கு செய்யாது, நேர்மையாக நடந்துகொள்ளுங்கள்.

சிந்தித்துச் செயல்படுவதால் நேர விரயம் தவிர்க்கப்படுமா?

ஆம். நேர மேலாண்மை உங்களுடைய கண்காணிப்பில் இருப்பின் கீழே கண்ட குறிப்புகள் பயனளிக்கும்.

- ❋ நேரத்தை வீணடிப்பதில்லை என்று உறுதியோடிருங்கள்.
- ❋ மேற்கொண்ட வேலைகள் சரிவர நடைபெறாது போனால் காரணத்தை ஆராயுங்கள். திரும்ப இத்தவறு நடைபெறாது.
- ❋ செய்யப்படவேண்டிய காரியங்கட்கு முதலிலேயே குறிப்புகள் தயார் செய்வதுடன் மறுபடி, மறுபடி குறிப்புகளை திருத்தினால், நல்ல முடிவான வழிகாட்டுதல் கிடைக்கும்.
- ❋ ஒரு காரியத்தை செய்யும்போது அதற்கு வேண்டிய உபகரணங்களை முன்கூட்டியே தயார் செய்து கொள்ளுங்கள். கடைசி நேரத்தில் சேகரிப்பு வேலையில் வீணாக நேரத்தை விரயமாக்க வேண்டியதில்லை.
- ❋ சில காரியங்கள் நமக்கு செய்ய முடியாது என்று தெரிய வருமானால் அப்பணியினை அதற்கான வல்லுனரிடம்

ஒப்படைத்து நேரத்தையும் பணத்தையும் மிச்சப்படுத்துங்கள்.

* நாம் செய்யும் பணியினால் அடுத்தவர்களின் கால விரயம் பாதிப்பு ஏற்படாமல் பார்த்துக்கொண்டால் அது நமக்கு பாதிப்பை உண்டுபண்ணாது.

* எந்தக் காரியத்தையும் செய்யுமுன் அதனால் ஏதாவது பின் விளைவு - பாதிப்பு ஏற்படாதவாறு பார்த்தல் அவசியம்.

* கூடிய மட்டும் இரட்டிப்பு - வேலைகளைச் செய்வதை தவிருங்கள்.

* கம்ப்யூட்டரை வைத்துக்கொண்டு மணிக்கணக்காக நோட்டில் எழுதுவதால் உங்களுக்கு என்ன லாபம்?

* சிறு சிறு காரியங்கள் செய்வதை பிறரிடம் விட்டுவிடாமல் நீங்களே செய்வதால் நேரம் வீணாவதுடன் உங்கள் மனிதநேரம் வீணாகிறது.

நேரத்தை செலவிடும் வழிமுறைகள்

உங்கள் பொன்னான நேரம் புனிதமான காரியங்கட்கு பயன்படவேண்டும். உங்களது அதிகவலிமை திறமையை வலுவான காரியங்கட்கு பயன்படுத்தாமல் நீங்களே செய்வது சரியல்ல. உங்களுடைய காரியத்தை உங்களைவிட திறமையுடன் செயலாற்றுபவர் உங்கள் வசம் இருப்பின், அவரிடமே ஒப்படையுங்கள். கவலையில்லாமல் இருக்கலாம் அவரின் திறமைகளில் ஒன்று நேரத்தில் செய்து முடிப்பதற்கான திறமைகளை வளர்த்துக்கொண்டிருப்பார்.

நேர நிர்வாகத்தின் அம்சம் ஓர் இலக்கை நிர்ணயித்துக் கொள்வதும் அதில் பணிகள் ஆற்றி வெற்றி பெறுவதும்தான். எக்காரியம் செய்யும்போதும் அக்காரியத்தின் முக்கியத்தை உணர்ந்து செயலாற்ற வேண்டும். அப்படியானால் அதன் நிகழ்வுகள் கால மேலாண்மையின் கட்டுப்பாட்டில் இருக்கும். எக்காரியம் செய்யப் புகுமுன் கொடுக்கப்பட்டிருக்கும் கால அவகாசத்தில் எப்படிச் செய்யலாம் என்பதற்குத் திட்டம் தீட்டி செயல்படுங்கள்.

ஒரு வேலையை ஒருவரிடம் கொடுக்கும்போது அவரிடம் அப்பணியின் முழுத் தகவல்களையும் தந்து, அவரை அவ்வேலையைப் புரிய வையுங்கள். இவ்வாறு தகவல் தருவதால் அவர் வேலையைப் பரிபூரணமாக செய்து, உங்கள் காலமேலாண்மைக்கு உதவுவது நிச்சயம். அவருக்கு வேலை பற்றிய முழுத் தகவல்களையும் தந்து அவர் புரிந்து செயல்பட ஆரம்பித்தால் நினைத்த வேலை பாதி முடிந்த மாதிரி.

காலத்தைத் தொலைக்காமல் பணி செய்ய மீண்டும் வலியுறுத்த வேண்டியது "திட்டமிடுதல்" திட்டமிட்டு செயலாற்று முன் உங்களுடைய எண்ணங்களையும், செய்ய வேண்டிய நுட்பங்களையும் மற்றவர்களோடு பகிர்ந்துகொள்ளுங்கள். எந்தத் திட்டம் தீட்டினாலும் அதை எப்படி நிறைவேற்றுவது அதற்கான குறிப்புகளை குறித்து வைத்துக்கொள்ளுங்கள். குறிப்பை ஓரிரு தடவை சரி பார்த்து தவறு இருப்பின், தவறை சரி செய்து கொள்ளுங்கள்.

எதையும் சரியாகப் புரிந்துகொண்டு செயலாற்றுங்கள்

கால மேலாண்மையில் நேரத்தைத் தொலைத்தவர்களின் நிலையை உணரும்போது, நாம் அறிவது, தெரிவது செய்யப் புகும் வேலையின் பளுவை சரியாகப் புரியாமல் இருப்பது, அதாவது செய்ய வேண்டிய வேலைகளின் தன்மையை ஆராயாது இருப்பதே. ஆகவே பணியினை செய்யப் புகுமுன் எவ்வாறு எங்கெங்கு எத்தனையளவு முக்கியத்துவம் அளிக்க வேண்டும் என்பதை தீர்மானிப்பது சிறந்தது. விரிவாக சிந்தித்து செயல்படும்போது உங்கள் எண்ணம் ஈடேறும். எது எப்படியிருப்பினும் செய்ய வேண்டிய பணிகளை முதலில் பட்டியல் இடுவது அவசியம். பட்டியலிட்டபின் பணியின் பளுவிற்கு ஏற்ப நேரம் ஒதுக்குங்கள். நேரம் ஒதுக்கும் முன் காரியங்கள் அனைத்தையும் ஒன்றாகக் கூட்டி முன்னுரிமைக் காரியங்களை முதலில் செய்வதால் உங்கள் காலம் சரியாக பயன்படுத்தப்பட்ட திருப்தி உங்கட்கே கிடைக்கும். அவ்வாறில்லாது, ஏதோ ஒன்றில் கவனம் செலுத்தி பயன் கிட்டினாலும், உங்களது காலம் வீணாகப் பயன்படுத்த உணர்வு சில சமயங்களில் உங்களுக்கே ஏற்படலாம். எப்போதுமே

பணியினை மேற்கொள்ளும்போது முன்னுரிமைப் பணியை அவசரமானது மற்றும் அவசியமானது என தீர்மானிக்கவும்.

நிமிடத்தில் கவனம் செலுத்தவும்

நிமிடம் என்று கூறும்போது, அது ஒரு சாதாரண நேரம் என அலட்சியமாகத் தோன்றலாம். ஆனால் உண்மை அப்படியில்லை. ஒரு மணி நேரம் என்பதனை 60 நிமிடம் என்கிறோம். ஆனால் 1 நிமிடம் குறைந்தால் அதற்கு ஐம்பத்தி ஒன்பது நிமிடமேயொழிய ஒருமணி என்று கூறமுடியாது. ஆகவே நிமிடம் என்பது கால அளவில் முதன்மையிடம் பெறுகிறது. எத்தனையோ பேர் ஒரு நிமிட தாமதத்தினால் டிரெயினை விட்டுவிட்டேன். ஒரு நிமிட தாமதத்தால் ரயில்வே கேட் மூடப்பட்டு இருபது நிமிடம் மேலும் தாமதமாயிற்று என்று புலம்புவதை கண்டுள்ளோம். ஒரு நிமிடம் என்ற அலட்சியத்தால் போட்டிகளில் எத்தனையோ பேர் வெற்றி வாய்ப்பை இழந்ததுண்டு. எனவே நிமிடத்தை அலட்சியப் படுத்துவீர்களாயின் கால மேலாண்மையில் நீங்கள் தவறியவர்களாவீர்கள். மேலும் நேரத்தைத் தொலைத்தவர்களாகவும் ஆவீர்கள்.

6
நேரம் நமக்குத் தேவை

இவ்வுலகில் பிறந்த அனைவருக்குமே ஒரே மாதிரியாகக் கிடைக்கக் கூடியது காலம் என்ற நேரம். ஏழை பணக்காரர், உயர்ந்தோர் தாழ்ந்தோர் என பாரபட்சமில்லாது கிடைப்பது நேரம் ஒன்றுதான். இந்த அரிய பொக்கிஷத்தை பொன்னையும், பொருளையும் விட சிறப்பான முறையில் பேணிக்காக்க வேண்டியது அவரவர் கடமை. நேரம் என்பதனை சிலர் சிக்கனமாக பயன்படுத்தி பெரும்பான்மையான நேரத்தில் பயனுள்ள பல காரியங்களைச் செய்து முடிப்பார்கள்.

அதே நேரத்தில் பல உயர் அதிகாரிகள் நேர நிர்வாகத்தில் திறமையற்றவர்களாய் இருப்பதை நாம் கண்கூடாகக் காணலாம். அரசாங்க அதிகாரியாய் இருப்பதால் அவர்களைக் காண பலர் வருவார்கள். அவ்வாறு வருபவர்களை எல்லாம் அலசி ஆராய்ந்து, தங்களது நேரத்தை வீணடிப்பார்கள். அரசாங்கத்தையே அவர்கள் தலையில் சுமப்பதாக எண்ணி, நேரம், காலத்தின் அருமை தெரியாது, பிரயோசனமில்லாத பரபரப்பான வாழ்க்கை வாழ்வார்கள். இவ்வாறு அவர்கள் வாழ்வதால் அரசுக்கும் தங்களது வாழ்க்கைக்குமே தீங்கிழைத்தவர்கள் ஆகிறார்கள். பிறர் பாராட்ட வேண்டுமே என்பதற்காக அதிகபட்சமான கவனம் செலுத்தி தங்களது ஆக்கப்பூர்வமான பணிகள் செய்யும் காலத்தை வீணாக்குவோரின் எண்ணிக்கை நாளுக்கு நாள் அதிகரித்து வருகின்றது.

நேரம் அனைவர்க்குமே சொந்தமானாலும் சீராகப் பயன்படுத்தத் தெரிந்தவர்கள் ஒரு சிலரே. இவர்கள்தான் நேரத்தை தமது சொந்த முன்னேற்றத்திற்கும், தான் பணி செய்யும் அரசாங்கம் அல்லது நிறுவனத்தின் மேம்பாட்டிற்கும் திட்டமிட்டு பயன்படுத்துகிறார்கள். இவர்களின் தனித்தன்மை என்னவெனில் அனாவசியமாக எந்த அடுத்த துறையின் பணியில் குறுக்கிட

மாட்டார்கள். தனது கீழே பணி செய்பவர்களிடம் அத்துமீறி நடக்கமாட்டார்கள். எல்லா நிர்வாகப் பொறுப்புகளையும் தானே வைத்துக்கொள்ள நினைக்கமாட்டார்கள். தன் கீழ் பணி செய்பவர்கட்கும் பொறுப்புகளைப் பகிர்ந்தளித்து அவர்களது பெரும்பாலான நேரத்தை சேமிப்பார்கள். கால மேலாண்மையை சரிவரப் புரிந்து கொள்பவர்கட்கு பணி செய்ய நேரம் இல்லையே என்ற எண்ணமே எழுவதில்லை.

நேரம் தனக்குத் தேவை என்ற எண்ணம் எழுவது திறமையற்றவர்களைக் குறிக்கும் என்பதுதான் உண்மை. தனக்கு அவசியமில்லாத மற்றும் தன் பணிகளில் சம்பந்தமில்லாத வேலைகளில் மனம் செலுத்துவோருக்கு தங்களது நேரடிப்பார்வையில் செயல்பட வேண்டிய காரியங்கட்கு நேரமில்லாது போய்விடும். இப்படி அனாவசிய கவனம் செலுத்துவோரை மேலதிகாரிகள் விரும்புவதில்லை. சில சமயங்களில் மேலதிகாரிகள் மற்றும் பிற இலாகாக்களின் அலுவலர்களின் ஏளனத்திற்கும் உள்ளாகலாம்.

சில துறைகளில் மனித உழைப்பு தேவையான அளவிற்கு இல்லாதது ஒரு பெரும் குறை. இதனால் அங்கு பணி செய்யும் பணியாளர்கட்கு பணியினைச் செய்து முடிக்க போதுமான நேரம் இல்லை என்ற முடிவு புலப்படும். இதற்குக் காரணம் எத்தனை ஊழியர்கள் தேவையோ அவ்வளவு ஊழியர்கள் இல்லாததும்தான். இவ்வாறு பணியிடங்கள் காலியாக இருக்கும்போது அந்நிறுவனத்தில் உள்ளவர்கள் நேரம் போதவில்லை என்ற கஷ்டத்துக்கு ஆளாகிறார்கள். இந்த அவ்ல நிலையைத் தவிர்க்க போதுமான மனித சக்திகளை நிறுவனம் தரவேண்டும். அதாவது மேலும் பணியாளர்களை தேர்ந்தெடுத்து பிறரின் வேலைப்பளுவை குறைக்கவேண்டும். இச்சூழ்நிலையால் நேரம் போதவில்லை என்ற குறைபாடு நீங்கும்.

நிறுவனங்கள் அல்லது அரசாங்கப் பணியில் மேல்நிலையில் இருப்பவர்களுக்கு பொறுப்புகள் மிக மிக அதிகம். அந்த நிலையிலுள்ளவர்கள் பணியின் பொறுப்புகளை ஒருவரிடம் ஒப்படைக்கும்போது அதை முழுமையாக அவரிடம் ஒப்படைப்பது நல்லது. அப்படி ஒப்படைத்தபின், முடிவைத்தான் எதிர்பார்க்க வேண்டும். அவ்வாறில்லாது, “நான் நேற்று கொடுத்தவேலை என்ன ஆயிற்று?” அதன் முன்னேற்ற வேலை எப்படி உள்ளது என சதா

உச்சரிப்பதால் இரு சாரருக்கும் திருப்தி ஏற்படாது. இவ்வாறு செய்வதால் காலதாமதம் நீடிக்கும். ஒரு பொறுப்பை ஒருவரிடம் ஒப்படைத்துவிட்டால் பின்னர் அதிலிருந்து ஒதுங்கி, முடிவுக்கு மட்டும் காத்திருக்கவேண்டும். சுருங்கக் கூறின் மேல்நிலையில் உள்ளவர்கள் கண்காணிக்க வேண்டியது விளைவை (Result) மட்டுமே. இந்நிலை தொழில் நிறுவனங்கட்கும் பொருத்தமாகும். ஆகவே பொறுப்பைக் கொடுத்து வழி நடத்தி, இறுதி முடிவை தெரிய வேண்டுமேயொழிய குறுக்கீடுகளைத் தவிர்ப்பது நல்லது. இதுவே நேரம் போதவில்லை என்பதற்கான சரியான நடவடிக்கை.

மேலும் எந்தவொரு வேலையையும் அரைகுறையாகச் செய்யவும் கூடாது. பாதியில் விளைவுகள் காணுவதைத் தள்ளிப்போடவும் கூடாது. இப்படிச் செய்வதால் மனித உழைப்பு வீணாவதுடன் நமக்கு நாமே ஒரு சலிப்பை ஏற்படுத்துவதாகும். ‘எண்ணித்துணிக கருமம்’ என்ற சொல்லுக்கு ஏற்ப நாம் செய்யவிருக்கும் பணியினைப் பற்றிய அடிப்படை அறிவும், முயற்சியும் தேவை. பணியினைச் செய்ய முற்படும்போது பின் விளைவுகள் இருக்குமா? அப்படியாயின் அதற்கு என்ன செய்ய வேண்டும் என்ற யோசனையும் வேண்டும். இவ்வாறு சிந்தித்து செயல்படும்போது நேரம் போதவில்லை என்ற குறையும் தோன்றாது. நேரம் வேண்டும் என்ற ஏக்கமும் எழாது. நேரம் போதவில்லை என்று எவர் கூறினாலும் அவர் ஒரு குறைபாடுடையவர் என்பதனை நன்கு அறியலாம். அக்குறைபாடுகளினை ஆராய்ந்தால் புலப்படும் உண்மை உடன் பணிபுரிபவர்களின் ஒத்துழைப்புக் குறைவினால் என அறியலாம். ஆனால் இதுபோன்ற ஒத்துழையாமை குழுவொழுக்கம் உள்ள நிறுவனங்களில் ஏற்படாது. இவ்வகையான சூழ்நிலை இருக்கும் நிறுவனத்தில் மனித உறவுகளின் மேன்மை சிறப்பாக இருக்கும்.

மனித உறவில் அதிக கவனம் செலுத்தும் நிறுவனங்களில் பணி புரிவோரின் சிறு குறைகளைக் கூட கண்டறிந்து, அதனை நிறைவேற்றுவார்கள். இது மாதிரியான நிறுவனங்களில் பணிபுரிவோருக்கான மரியாதையும் அவர்களை நிர்வாகத்தில் பங்கு பெறச் செய்வதும் உண்டு. இதனை workers participation என்பர். இது மாதிரியான நிறுவனங்களில் பணியாளர்களைக்

கலந்து முடிவெடுப்பார்கள். சில மாறுதல்களைக் கூட முடிவெடுக்குமுன் ஆலோசித்து சம்பந்தப்பட்டவர்களின் சம்மதத்தின் பேரிலேயே செய்வார்கள். ஒரு நிறுவனத்தின் பணி தடைகள் இல்லாது நடைபெற வேண்டும். தடைகளை நீக்கினால் பணிகள் செவ்வனே நடைபெறும். காலவிரயம் தவிர்க்கப்படும். காலப் பற்றாக்குறை என்ற சொல்லுக்கு இடமில்லாது போய்விடும்.

7

நேரத்தை அறிதல்

காலம் பற்றிய அடிப்படை அறிவு அவசியம். எக்காரியத்தையும் செயல்படுத்த வேண்டுமானால் காலம் பற்றிய கவனம் தேவை. பல பணிகள் செயல்படாமல் தோற்றுப் போவதற்கு உண்மையான காரணங்களை ஆராய்தல் அவசியம். பெரும்பாலான பணிகள் தோல்வி காண்பதற்குக் காரணம் அவற்றின் செயல்பாடுகளோ, அது பற்றிய ஆக்கபூர்வமான அறிவுத்திறமை குறைபாடோ அல்ல; அவை செய்ய முற்பட்ட காலமே சரியில்லாத காரணமாகும். இதனை கிராமப் பழமொழிகளில் தெரியலாம். அவை முறையே

- பருவத்தே பயிர் செய்
- காற்றுள்ள போதே தூற்றிக் கொள்
- ஆடிப் பட்டம் தேடி விதை

இப்பழமொழிகள் வேளாண் பணிகட்கு மட்டும் பொறுத்தமானது எனத்தவறாகக் கொள்ளவேண்டும். எப்பணிக்கும் இது பொருந்தும். "வடாம்" காயப் போடுவதற்குக் கூட வானிலை பற்றிய அடிப்படை பருவகால அறிவு வேண்டும்.

வள்ளுவப் பெருந்தகை நமது கால அறிவிற்காக ஒரு அதிகாரத்தையே வழங்கியுள்ளார். இதிலிருந்து நாம் அறிய வேண்டியது காலத்தை நன்கு புரிந்து செயல்படவேண்டும் என்பதே சரியான காலத்தில் ஆரம்பித்த பணி "பாதிப்பணி முடிவடைந்ததாகக் கொள்ளலாம்".

"காலம்" - "நேரம்" அறிதல் என்பது ஒரு சாதாரண விஷயம் மட்டுமன்று. வெற்றி வாய்ப்பை விரும்புவோர் காலத்தைப் பற்றி நன்கு அறிதல் அவசியம். இந்த காலம் அறிதல் அறிவு அன்றாடம் அனுசரிக்க வேண்டிய ஒன்று. அலுவலகங்களில் பணிபுரிவோர் தங்களது மேலதிகாரிகளை பார்க்கச் செல்லும்போது நல்ல காலம்

- நேரம் பார்த்து அதாவது அதிகாரி நல்ல மனப்பாங்குடன் மகிழ்ச்சியாக இருக்கும்போது அவரைப் பார்க்கச் செல்வது நமக்கு சாதகமாக அமையும். இதுபோன்று சில காரியங்கட்கு செல்லும்போது சமயமறிந்து சென்று சுலபமாக காரியத்தை சாதிக்கும் வாய்ப்பும் அமையும்.

அன்றாட வாழ்வில் இதை நாம் வீடுகளிலும் காணலாம். குடும்பத்தில் ஏதாவது குழப்பங்கள் இருக்கும் சமயம் பார்த்து, குழந்தைகள் பணம் கேட்கும் விஷயத்தை தள்ளிப் போடலாம். கணவன் மகிழ்ச்சியாக இருக்கும்போது, மனைவி தனது நீண்ட நாள் பிரச்சினைகளைப் பேசித் தீர்க்க வாய்ப்பு உண்டு. மேலும் தனக்கு அல்லது வீட்டுக்குத் தேவையான பொருட்களை கேட்டு வாங்கிக்கொள்ளவும் முடியும். நன்கொடை வசூல் மற்றும் கடன் கேட்பது போன்றவற்றிற்கு சம்பள நாளைப் பயன்படுத்துவோரும் உண்டு. அன்பளிப்புப் பெற சரியான சமயம் பார்ப்பவர்களையும் நாம் கண்டுள்ளோம். இவை எல்லாம் காலம் பற்றிய அனுபவம்தான். இதுபோன்று அவரவர்கள் தங்களது வெற்றிக்கு "சமய மறிதல்" கலையில் தேர்ச்சி பெற்றவர்களாயிருந்தால் என்றும் எப்போதும், காலம் என்ற அடிப்படையில் பணியினை செய்ய வேண்டும்.

இதுபோல் சுலபத்தவணை முறையில் வீட்டுப் பொருட்கள், இரு சக்கர வாகனங்கள், நான்கு சக்கர வாகனங்கள் வீடு கட்டும் திட்டம் என உரிய காலத்தில் பயன்படுத்துவோரை அணுகி பயன்பெறும் வங்கிகள் மற்றும் நிறுவனங்களும் உண்டு. இதுபோல் அரசு தனது திட்டங்களை விரைவுபடுத்துவதும் குறிப்பிட்ட மாதங்களில்தான் அரசுத்துறைகளில் வரவு - செலவுத் திட்டம் ஏப்ரல் மாதம் முதல் செயல் படுத்தப்படுவதும் இந்த கால அடிப்படையில்தான். அரசினர் தங்களது அலுவலகங்கட்கு பொருட்கள் வாங்குவதற்குப் பணம் செலவழிக்கும் காலம் வருடக் கடைசியாகவே இருக்கும். விற்பனை நிறுவனங்கள் இந்த வருடக் கடைசியைத் தங்கட்கு சாதகமாகப் பயன்படுத்துவதும் உண்டு. மாணவர்கள் கூட பரீட்சை நெருங்கும் காலத்தில்தான் அவசர அவசரமாக படிக்காத பாடங்களைப் படிப்பதும், தங்களது தேர்வுக்கான பிற பணிகள் செய்வதும் உண்டு. எங்கு பார்த்தாலும் இறுதிக் கட்டத்தில் அதாவது குறியீடு நிறைவேற்றப்பட வேண்டிய சமயத்தில்தான் காலம் கருதிப் பணியினை முடிக்க எல்லா நடவடிக்கைகளையும் மேற்கொள்வர்.

இவ்வளவு ஏன் நமது குடும்பத்திலும் இது மாதிரி நடப்பதுண்டு. பொங்கல் பண்டிகை வருவதையே சிலர் "தைப்பிறந்தால் வழிபிறக்கும்" என்பர். அதாவது தை மாதம் பிறப்பது குடும்பத்திற்கு பல சாதகமான வழிகளை கொண்டுவரும். சில குடும்பங்களில் திருமண ஏற்பாடுகள் நடைபெறும். சொத்துக்கள் வாங்குவதும் கூட பண்டிகைக் கால செழிப்பினால் சாத்தியமாகும். அறுவடை முடியும் மாசி, பங்குனி மாதங்களில் புன் செய் பயிர்களின் விலையில் சிறிது மலிவு கிட்டும். இதனால் குடும்பத் தலைவியர் வீட்டுக்குத் தேவையான பருப்பு வகைகள், நவதானியங்கள், புளி, மிளகாய் போன்ற வீட்டு சாமான்கள் மலிவாகக் கிடைக்கும் இந்த சமயத்தில் ஓர் ஆண்டுத் தேவையை மொத்தமாகக் கணக்கிட்டு வாங்கி வைத்து மகிழ்வுகொள்வர். இதனால் பின்னர் விலை ஏற்றம் இவர்களைப் பாதிக்காது என்பதுடன் குடும்பச் செலவை குறைப்பதும் இந்தக் காலம் பற்றிய கவனம்தான். காலம் கடக்காமல் அந்த அந்தக் காரியங்கள் செய்வதில் கவனம் செலுத்தினால் நம் வாழ்க்கை வளமுடையதாக இருக்கும். இது போல் நமக்குத் தேவையான எல்லாக் காரியங்களிலும் அந்தக் காலங்களில் கவனம் செலுத்தினால் "காலம்" நம்மை உயர்த்தும் என்பதில் எள்ளளவும் சந்தேகமில்லை.

பொருள் வாங்குபவர்களும் பொருள் விற்பவர்களும் "காலத்தின்" மதிப்பை நன்கறிவர். எந்த எந்தப் பருவத்தில் பொருள் வாங்க வேண்டும் என்பதில் வாங்குபவர் கவனமாய் இருக்கவேண்டும். அதேபோல் எந்த எந்த பருவத்தில் தாங்கள் தயாரித்த பொருட்களை விற்பனை செய்தால் தங்களது தொழில் வளரும் என்பதில் கவனம் தேவை. சில பொருட்கள் உதாரணமாக பயிர்கட்டு இடப்படும் "உரங்கள்" இவ்வுரங்களை பருவங்களில்தான் விற்க முடியும். தாங்கள் வருடம் முழுவதும் தயாரித்த பொருட்களை அந்தந்த பருவங்கட்கு முன்பே விற்பனை செய்யவில்லையானால் பொருட்கள் விற்பனையாகாது. தேக்க நிலையைப் பெறுவதுடன் வருடம் முழுவதும் தயாரித்த உரங்கள் பணமுடக்கத்தை ஏற்படுத்தி விடும். அடுத்த பருவத்தில் விற்பதற்கும் சில தகுதிகளை இழந்துவிடும். விவசாயிகளே உரங்கள் கட்டியாகிவிட்டது போன்ற பல குறைகளைக் காண நேரிடும். இவ்வாறு உரங்கள் தயாரிக்க நிறுவனம் வங்கிகளில் உற்பத்திக் கடன் (Production Loan) பெற்றிருந்தால் கடனை அடைப்பதில் சிரமம். ஆகவே காலத்தில் விற்பனை செய்யப்படவில்லையானால் நிறுவனங்கள் முடங்கிவிடும்.

பொருட்களை விற்பனை செய்வதிலும் விற்கப்படவேண்டிய இடங்களை (AREAS) முன் கூட்டியே தேர்வு செய்து அதற்கான ஏற்பாடுகளை காலத்தே செய்யவேண்டும். நிறுவனங்கள் தங்களது தயாரிப்புப் பொருட்களை தரமாகத் தயாரித்தால் மட்டும் போதாது. உரிய காலத்தில் அதை எங்கு விற்பனை செய்ய வேண்டும் எப்படி பொருட்களை அங்கு சிக்கனமான முறையில் எடுத்துச் செல்ல வேண்டும் என்பதையெல்லாம் முன் கூட்டியே காலமறிந்து திட்டமிடல் வேண்டும். சில மாதங்களில் போக்குவரத்து வசதிகள் தடைபடலாம். லாரிகளில் அனுப்புவதா? சரக்கு ரயில்களில் அனுப்புவதா? மழைக் காலமாயின் பாதுகாப்பாக சரக்குகள் எடுத்துச் செல்லப்படவேண்டும். காலமறிந்து திட்டமிடுதல் பெரிய நிறுவனங்களின் தலையாய பங்காகும்.

மேலும் விற்பனை செய்பவர்கள் தங்கள் பொருட்களை விற்பனை செய்வதற்கு திட்டமிடல் போன்று, காலமறிந்து கவனம் செலுத்துவது அவசியம். வாடிக்கையாளர்களிடம் ஒப்பந்தம் செய்யும் நிறுவனம், ஒப்பந்த காலம் முடியும் வரை காத்திருக்காது, முன் கூட்டியே பொருட்களை வினியோகம் செய்து, எவ்வளவு விரைவில் பணம் பெற முடியுமோ அவ்வளவு விரைவில் பணம் பெறவேண்டும். ஒப்பந்த கால இறுதிவரை கவனமில்லாது, இருந்து விட்டு, கடைசி நேரத்தில் கடனுக்குக் கொடுக்க வேண்டிய அவல நிலையை சில நிறுவனங்கள் சந்தித்ததும் உண்டு. இதனால் பொருள் நஷ்டம், மனக் கலக்கம், நிறுவனத்தைப் பொறுத்த வரை கெட்ட பெயர் ஏற்படவும் வாய்ப்பு உண்டு. சில சமயம் வங்கிகளில் வட்டி உயர்வு ஏற்படும், டீசல் விலை உயரலாம், பாலங்கள் இடிந்து சுற்று வழியாக பொருட்களை எடுத்துச் செல்ல அதிகச் செலவு ஏற்பட வாய்ப்பு உண்டு. ஆகவே உரிய காலத்தில் முறையாக விற்பனை செய்யும் நிறுவனம் கடைசி நேர அவலங்கட்கு ஆளாகாது நஷ்டத்தையும் தவிர்த்து லாபத்தை ஈட்டலாம். "காலமறிந்து செய்வது கஷ்டத்திலிருந்து விடுபட வைக்கும்" என்பது புதுமொழியாகும்.

சூழ்நிலை காரணமாக கெட்டுப்போன ஒரு நிறுவனம் ஒரு கட்சி, ஒரு நாடு, பல நபர்கள் என அடுக்கிக்கொண்டே போகலாம். இங்கு சூழ்நிலை என்பது "காலமறிதல்" என்பதைத் தான் குறிப்பிடும் - எவ்வளவு பெரிய தேசமானாலும் எத்தனை திறமை படைத்த அறிவாளிகளானாலும் "காலமறியாது" செய்த, செய்யத் தவறியவர்கள் படுகுழியில் தள்ளப்பட்டுள்ளனர் என்பதை நாம்

செ. வேலுச்சாமி

காலம் காலமாக கண்டு வருவதும் மிகையல்ல. எத்தனையோ தொழில்கள் இருப்பினும் ஒரு சிலருக்கு தொடங்கிய உடனேயே வெற்றி வாய்ப்பும், காலம் காலமாக அத்தொழில் செய்து அனுபவமுள்ளவருக்கு தோல்வியையும் தந்துள்ளது. இதிலிருந்து அறிவது "காலம் அறிதல்" என்பது இயற்கையோடு கூடிய தனிப்பட்டவரின் காலத்திட்டம் என்பது மிகையாகாது. ஒரு தொழிலில் ஒருவர் சிறப்பாக வருவதும் வேறு சிலர் மந்த நிலையடைவதும் "காலமறியாது" செய்த முயற்சியின் பயனே.

சில சமயங்களில் வைத்தியர்கள் நோயாளியைப் பார்த்து கூறுவது உண்டு. "காலத்தில் வந்திருந்தால் காப்பாற்றி இருக்கலாம்" இப்படி எல்லோருமே காலத்தை - நேரத்தை அறிந்து தெரிந்துகொள்ளும் நிலையிலிருக்கும் போது, நாமும் காலத்தின் மேன்மையைக் கடைப்பிடித்து வாழ்வில் முன்னேறி காலச்சக்கரத்தின் இருசுக்குமையிடுவோம்.

8
நேரத்தை சரிவர பயன்படுத்துவோம்

இன்றைய தலையாய பிரச்சினைகளில் இதுவும் ஒன்று. கல்விக் கூடங்களின் வளர்ச்சி பெரிதும் அதிகரித்துவிட்டது. இதன் பயனாக படித்துப் பட்டம் பெற்று (சில பல பட்டங்களையும்) வேலை கிடைக்காது வேலை வேலை என்று ஏங்குபவர்கள் ஏராளம். படித்த இளைஞர்களின் மனம் போக்கு, ஏதாவது ஓர் அலுவலகத்தில் சுழல் விசிறியின் கீழ் பணியாற்ற வேண்டும் என்பதே. இந்த எண்ணம் காரணமாக வேறு எந்தவிதமான முயற்சியும் செய்யாது செய்தித்தாளைப் பார்த்து, விண்ணப்பிப்பதும், பொழுது போக்கு என்ற தலைப்பில் வம்பளப்பதும், கண்ட கண்ட திரைப்படங்களைப் பார்ப்பதும், தூங்குவதும், விளையாடுவதும், டி.வி. பார்ப்பதும் என நேரத்தை வீணேகழிக்கின்றனர். இந்தவாறு வீணே இளம்வயதில் வருடங்களை வீணாக்குவது முதுமைக் காலத்தில் ஏற்படப்போகும் சரிவுகளின் அடித்தளமாக அமையப் போகிறது என்று யாரும் எண்ணுவது இல்லை. இதுவே இன்றைய இளைய தலைமுறையினரின் நிலை.

இளைய தலைமுறையினரில் ஒரு சிலரே மிகவும் விழிப்புணர் கொண்டுள்ளார்கள். இந்த விழிப்புணர்வு அவர்களை நல்ல நிலைக்கு கொண்டுசெல்லும் அடித்தளமாக உள்ளன. என் வாழ்வில் நான் மிகவும் அக்கறையும் ஆர்வமும்கொண்டுள்ள இளைய தலைமுறையினர் முன்னுக்கு வரவேண்டும் என்பது எனது கனவு. எந்த இளைய தலைமுறையினரைப் பார்த்தாலும் அவர்களிடம் உள்ள திறமைகள் என்னென்ன என்று ஆராய்வது என் பொழுதுபோக்கு. நான் எத்தனையோ இளைய தலைமுறையினர் சுறுசுறுப்பாக இயங்கி, வங்கிகளிலும் பல்வேறு நிறுவனங்களிலும் பணியாற்றுவதைப் பார்த்து மகிழ்வடைவேன். இதே சமயம் பல இளைஞர்கள் ரோட்டில் உள்ள டீ கடைகளிலும், ரோட்டின்

மூலைகளிலும், கல்லூரிவாயில்களிலும், திரையரங்கு வாயில்களிலும், பேருந்து நிறுத்துமிடங்களிலும் நின்றுகொண்டும் வம்பளந்து கொண்டும் வீணேபொழுதைப் போக்குவதைப் பார்த்து மனம் நொந்துள்ளேன்.

இளைய தலைமுறையில் சிலரைப் பார்த்து மகிழ்ந்த எனக்கு, பல இளைஞர்கள் வேலையற்று வீணே பொழுதைப் போக்கி அவர்கள் தங்களுக்கு மட்டுமல்லாது, வீட்டிற்கும், நாட்டிற்கும் பெருஞ்சுமையாக இருந்து மனித வளத்தையும், மனித நேரத்தையும் பாழ்படுத்திக்கொண்டிருக்கிறார்கள். இத்தகையோர் வேலை வாய்ப்பை நம்பியிராமல் தங்களது நேரத்தை பயனுள்ள வழிகளில் செலவிட வேண்டும். தற்போது வேலை வாய்ப்பு இல்லையே என்று ஏங்குபவர்கள் அஞ்சலகத்தில் உள்ள சிறு சேமிப்பு முகவர்கள் பணி, ஆயுள் காப்பீட்டுக்கழக முகவர்களாகலாம். சேவை மையங்களை கூட்டுறவு முறையில் அமைத்து பணம் சம்பாதிக்கலாம். வீடு வீடாகச் சென்று விற்பனைப் பொருளை விற்கலாம்.

சில வங்கிகளில் பகுதி நேர வேலையில் சேரலாம். கூரியர் தபால் பட்டுவாடா செய்யும் வேலைக்கு சேரலாம். சிறு சிறு தொழில் செய்ய முனையலாம். எனக்குத் தெரிந்த இளைஞர் ஒருவர் வீடுகட்குச் சென்று வீட்டு உபயோக சாமான்களை மொத்தக் கடைகளில் வாங்கி சில்லரை விற்பனை செய்து பணம் சம்பாதிக்கிறார். இவ்வாறு ஆர்வமும், ஊக்கமும் உள்ள இளைஞர்கள் பலர் இன்று தொழில்களில் முன்னேறியுள்ளார்கள்.

தொழில் செய்ய முதலீடு வேண்டும் என்போருக்கு தேசிய மயமாக்கப்பட்ட வங்கிகள் குறைந்த வட்டிக்கு கடன் கொடுப்பதை பயன்படுத்த இளைஞர்கள் முன்வர வேண்டும். உலகம் மிகவும் பரந்தது. தொழில்கள் செய்ய எண்ணினால் பல வழிகள் உள்ளன. கூட்டுறவுத்துறை, வேளாண்துறை, தொழில் மற்றும் வேலை வாய்ப்புத்துறைகள் எல்லாம் சுயதொழில் முன்னேற்றத்திற்காக சலுகைகள் அளிப்பதோடு, தொழில்நுட்ப ஆலோசனைகளையும் இலவசமாக வழங்கி வருகிறது. வேலை வாய்ப்பு இல்லையே என எண்ணும் இளைஞர்கள் இனி சோர்வடைய வேண்டியதில்லை. படித்த இளைஞர்கள் வேலை வாய்ப்பைத் தங்களே தேர்ந்தெடுக்க சில ஆலோசனைகள் படித்த துறையிலேயே மாணவர்களுக்கு டியூசன் சொல்லித்தரலாம் நடமாடும் நூலகம், பத்திரிகை

விநியோகம், பால் விநியோகம் போன்று பல்வேறு தொழில்கள் செய்யலாம். ஓய்வு நேரவேலைகளோ இன்று எண்ணிலடங்கா. ஏதாவது ஒன்றை மேற்கொண்டு அதில் கிடைக்கும் வருமானத்தை வைத்து, குடும்பத்திற்கு சுமையில்லாது, சிறு சிறு செலவுகட்கு பயன்படுத்தலாம். நேரத்தை வீணாக்குவது என்பது மன்னிக்க முடியாத குற்றங்களில் ஒன்று என ஒவ்வொரு படித்த இளைஞனும் எண்ண வேண்டும்.

இனி படித்துக்கொண்டிருக்கும் மாணவர்களைப் பற்றிப் பார்ப்போம். படிப்புக்கு முதலிடம் தரவேண்டும். "காலத்தே பயிர் செய்" என்ற ஆன்றோர் அருள்வாக்குப் படி, படிக்கும் காலத்தில் படிப்பைத் தவிர வேறு எந்தவித கேளிக்கைகளிலும் மனதைத் திருப்பக் கூடாது. கல்லூரி விடுமுறை என்றால் அதை பயனுள்ளதாகக் கழிக்க வேண்டும். "இளமையில் கல்" என்ற வாசகப் படி இளமையில் கற்பதனை ஒரு சங்கல்பமாகக் கொள்ளவேண்டும். படிப்பு நேரம் தவிர பொழுது போகவில்லை என்ற எண்ணமே மனதில் வரக்கூடாது. இவ்வாறு உள்ள நேரத்தில் குடும்பத்திற்கான சிறு சிறு பணிகள் செய்து உதவியாகவும் இருக்கலாம். ஓய்வு என்பது ஒரு பணியிலிருந்து வேறு பணியை மாற்றிச் செய்வதையே குறிக்கும். "சும்மா இருப்பதே சுகம்" என்ற வார்த்தையை தவிர்த்து ஒரு சில வினாடி கூட சோம்பலாக இருக்கக் கூடாது. எப்போதும் பணி செய்து நேரம் போதவில்லை என்ற எண்ணம் ஒவ்வொரு படித்த இளைஞனுக்கும் வர வேண்டும். இந்தப் பிறவியை பயனுள்ள பிறவியாக மாற்றுவது அவரவர் கையில் உள்ளது.

9

நேரத்தின் விலை தெரியுமா?

நேரம் எல்லாருக்கும் பொதுவானது ஆனால் பட்டியலிட்டு, ஒவ்வொரு வேலையாக ஒழுங்காக வரிசைப்படுத்தி கவனமாகச் செய்தால் சிறப்பாக செய்வதோடு நேர சேமிப்பின் பயனையும் அடையலாம். மொத்தமாக எல்லா வேலைகளையும் அங்கொன்றும் இங்கொன்றுமாகச் செய்யும் போது ஒரு வேலையும் உருப்படியாக நடக்காமல் போவதுடன் குழப்பங்களில் முடிவடையலாம். தவறுகளின் குளறுபிடிகளின் காரணமாக இரட்டிப்புக் காலம் செலவழியலாம். ஆகவே பணியில் ஈடுபட ஒவ்வொன்றாகக் கவனித்து செய்தால் நல்லபலன் கிடைக்கும். ஆகவே சீராக செம்மையாக காரியங்கள் செய்ய, செய்ய வேண்டிய பணிகளைப் பட்டியலிட்டுக்கொண்டால், படிப்படியாகச் செய்து நேரத்தை சேமிக்க முடியும். நேரச் சேமிப்பு முடிவில் பணவரவிலும், செலவில் சிக்கனத்தையும் உண்டுபண்ணும்.

நேரத்தை சேமிப்பதை ஒவ்வொருவரும் ஒருவிதமாக அணுகலாம். யார் எந்த முறையில் அணுகினாலும் அதன் அடிப்படை முன் கூட்டியே யோசிப்பதுதான். யோசித்தால் மட்டும் போதாது. யோசிக்கும்போது பல எண்ணங்கள், அணுகுமுறைகள் மனத்தில் எழும் சில எண்ணங்கள் உடனே மறைந்து போகலாம். இவ்வாறு ஏற்படும் மறதி எல்லாருக்கும் ஏற்படும் இயற்கைதான். இதற்கு என்ன நிவாரணம் என்பதில் யாருக்கும் கருத்து வேற்றுமை இல்லாதபதில் அவ்வப்போது குறித்து வைத்துக்கொள்வதுதான். குறித்து வைத்துக்கொள்ளும்போது முதலில் மறுநாள் செய்ய வேண்டிய பணிகளை வரிசைக்கிரமமாக எழுதி, பின் அதை சீராக்கவேண்டும். இவ்வாறு பட்டியலிடும்போது அனுபவ வாயிலாக நீங்களே அதை சரி செய்யலாம்.

பட்டியல் தயார் செய்யும் முன் கவனிக்க வேண்டியவை

பட்டியல் தயார் செய்யும் முன் கால அளவை நிர்ணயம் செய்யவேண்டும். கால அளவை நிர்ணயம் செய்வதில் கஞ்சத்தனம் இருக்கக்கூடாது. அதே நேரத்தில் நடைமுறைக்கு ஒத்ததாக இருக்கவேண்டும். அரசாங்கம் தயாரிப்பது போல் ஐந்தாண்டுத் திட்டம், (இந்தியா) ஏழு ஆண்டுத்திட்டம் (ரஷ்யா) மற்றும் பத்து ஆண்டுத் திட்டம் என தயாரிக்கலாம். சிலர் (என்னைப் போன்றவர்கள்) ஆயுள்காலத் திட்டம் கூட வரைவதுண்டு. இனி இப்பட்டியலை இருவகையாகப் பிரிப்போம். அவை முறையே;

1. குறுகிய காலத்திட்டம் (ஓராண்டுக்கு)

2. மிகக் குறுகிய காலத்திட்டம் (ஒரு மாதத்துக்கு)

நம்மில் சிலர் மறுநாளைக்கே திட்டம் வகுப்பது கிடையாது என்பதைக் கண்கூடாகப் பார்த்துள்ளேன். இனி சாத்தியமாகும் படிப்படியான பட்டியலை எவ்வாறு வகைப்படுத்தலாம் என பார்ப்போம்.

1. ஒரு வாரத்திற்கான பட்டியல்

2. ஒரு நாளையப் பட்டியல்

ஒருவாரப் பட்டியலைத் தயாரிப்பது மிக எளிது. ஒரு வாரம் என்பதில் திங்கள் முதல் ஞாயிறு வரை என ஒவ்வொரு கிழமைக்கும் ஒருதாள் ஒதுக்கி விட்டு அதில் தேதியை எழுதுங்கள். இப்படி எழுதும்போது இடையில் வரும் முக்கிய நிகழ்வுகள் அதாவது உள்ளூர் விடுமுறை அரசாங்க விடுமுறை நாள் என்பதையெல்லாம் பட்டியலிடவேண்டும். ஏனெனில் விடுமுறை தினங்களில் நீங்கள் சொந்த அலுவல்கட்கு முக்கியத்துவம் கொடுக்கவேண்டும் அதாவது குடும்பத்தாருக்கு உறவினர்க்கு, நண்பர்கள் போன்ற மற்றவர்கட்கு அல்லது சமூக சேவை சம்பந்தமான நிர்ப்பந்தங்கட்கு. அலுவலக தினங்களிலும் உங்கட்கு ஆற்ற வேண்டிய பணிகள் இருக்கும். அதற்கும் அலுவலக வேலை பாதிக்காதவாறு பட்டியலில் இடம் கொடுக்கவேண்டும். இவ்வாறு பட்டியலிட்டு, பணிகள் நடைபெற்று முடியும்போது ஏற்படும் மனநிறைவுக்கு எல்லையே கிடையாது. இதனால் நேரத்தையும், பணத்தையும் மிச்சப்படுத்தியதோடு, பணிகள் செவ்வனே முடிந்தமைக்கு உள்ளத்தில் உவகை வெளிப்படும்.

பட்டியலிடும்போது நீங்களே செய்யவேண்டிய காரியங்கள், போனில் செய்ய வேண்டிய காரியங்கள், நினைவுபடுத்த வேண்டிய காரியங்கள், சந்திக்க வேண்டியவர்கள் போன்ற பலதரப்பட்ட காரியங்களை வரிசைப்படுத்தி வாழ்வில் சிக்கனமாக காலத்தைச் செலவழிக்க கற்றுக்கொள்ளுங்கள். காலம் தரும் பரிசு காலச் சேமிப்பே.

10
திட்டத்துடன் நாளைத் தொடங்குங்கள்

"அவசர உலகம்" என்பது எல்லோருக்கும் பொருந்தும். நாம் பிறரைப் பார்க்க போகும் போதும் அவசரமாக உள்ளோம். பிறர் நம்மைப் பார்க்க வரும்போதும் நாம் அவசர நிலையிலும் சில சமயங்களில் பதற்ற நிலையிலும் உள்ளோம் எதற்கும் அவசரம்; எங்கும் அவசரம்.

அவசரம் என்ற வார்த்தையை நம் அகராதியிலிருந்து எடுக்கவேண்டும். அவசரம் என்பது எப்போதோ ஒருநாள் இருக்கலாமேயொழிய, தினந்தோறும் இருப்பது நல்லதல்ல. சரி இந்த நிலையை எப்படி மாற்றுவது? மாறவேண்டும் என்ற எண்ணம் நம் மனத்தில் ஆழமாக வேரூன்றவேண்டும். இதற்கு நாம் செய்யவேண்டிய முதல் கட்டம் யோசனை செய்து திட்டமிடல் வேண்டும்.

திட்டம் என்றால் இது என்ன அரசின் திட்டமா? இல்லை குடும்பத்தில் வீடு கட்டும் திட்டமா? இல்லை திருமணத் திட்டமா? என குழப்பிக்கொள்ளாதீர்கள். செய்ய வேண்டிய காரியங்கள் பெரியதாக இருந்தாலும் சரி சிறிய காரியங்களாக இருந்தாலும் சரி, இத்திட்டங்கள் நீண்ட காலத்திட்டமா? குறுகிய காலத் திட்டமா? என்ற கேள்வி எழும்.

திட்டம் என்பது பணியினைச் செய்யு முன்பு அதைப் பற்றிய சிந்தனை. இச்சிந்தனை நம்மை திட்டமிடுவதற்கு வேண்டிய எல்லாவிதமான எண்ணங்களை உண்டுபண்ணும். இவ்வாறு எண்ணங்கள் வரும்போது மிகச் சிறப்பாக திட்டமிடக்கூடிய திறன் நமக்கு வருகிறது. பல சிறிய பணிகளில் ஈடுபட்டு அனுபவம் பெற்றதும் நாம் எந்த வித பெரிய பணியினையும் செய்யும் திறனைப் பெறுவோம். அன்றாட அலுவல்களை திட்டமிட்டு செய்ய

ஆரம்பிக்கும்போது சில சில இடையூறுகள், மாறுதல்கள் முற்றிலும் மாறுபாடுடைய பிரச்சினைகள் எழலாம். ஆனால் ஏற்கெனவே முன்கூட்டியே திட்டமிட்டு செயல்பட விரும்புவதால் வரும் முட்டுக்கட்டையை சமாளித்து, பணியினை செய்து முடிக்கும் ஆற்றல் பெறுவது நிச்சயம். சில சமயங்களில் அனுபவத்தின் வாயிலாக திட்டம் தீட்டும்போது இடையூறுகள் வந்தால் எவ்வாறு சமாளிப்பது என்பதற்கும் யோசனை கிடைக்கும்.

பொதுவாக வீட்டில் பணியினை செய்யும் குடும்பப் பெண்மணியும் திட்டமிடுகிறாள். இத்திட்டம் பழக்க தோஷத்தில் வெற்றியை நிலைநாட்டுவதை காணலாம். குடும்பப் பெண்மணி வீட்டிலேயே இருந்து குடும்பப் பணி செய்தாலும் எவ்வளவு பொறுப்புகள் உள்ளன. காலையில் எல்லாரும் எழுவதற்கு முன்பு எழுந்து தன்னைத் தயார் செய்துகொண்டு, குழந்தைகளைத் தயார் செய்து, காலை உணவைத் தயாரித்து, பின்பு குழந்தைகளை பள்ளிக்கு அனுப்பி வைத்து (சிறிய பிள்ளைகள் இருப்பின் பொறுப்பு மிக அதிகம்) குடும்பத் தலைவனுக்கு காபி கொடுப்பது மற்றும் குடும்பத் தலைவர் அலுவலகம் செல்லுமுன் அனைத்து வேலைகளையும் முடித்து அவரை அனுப்பிவிட்டு, சிறிது ஓய்வெடுத்து விட்டு மேற்கொண்டு பணிகள் வேலைக்காரி இருந்தாலும் குடும்பத் தலைவிக்கென பல பொறுப்புகள். இரவில் உணவு சமைத்தல், மறுநாள் காலைக்கு வேண்டிய முன்னேற்பாடுகள் நாளாக ஆக பெண்கள் தங்களை சிறந்த முறையில் தயார் செய்துகொண்டு குடும்பத்தை நல்லபடியாகச் செலுத்துகிறார்கள். இதற்கெல்லாம் காரணம் முன் யோசனையுடன் கூடிய திட்டங்கள்தான்.

இனி வெளியே பணியாற்றி குடும்பத்தை நடத்திச் செல்லவேண்டிய குடும்பத் தலைவனுடைய பொறுப்பு, குடும்பத்தலைவியை விட ஒரு படி அதிகமே. வீட்டில் ஏதாவது பணியில் கோளாறு இருப்பின் சமாளிக்க வாய்ப்புள்ளது. ஆனால் வீட்டை விட்டு பணிக்குச் செல்லுமுன் குடும்பத் தலைவன் தன்னைத் தயார் செய்துகொள்ள முன்னேற்பாடுடன் சிந்தித்து செயல்பட வேண்டும். இதற்கு திட்டமிடல் அவசியம். வீட்டை விட்டு வெளியே பணியாற்ற வேண்டியவர்கள், வீட்டை விட்டுப் புறப்பட்ட பிறகு, வீட்டிலுள்ள ஒரு பொருளோ, விலாசமோ, தொலைபேசி எண்ணோ, பணமோ, தகவலோ தேவை என்றால் என்ன செய்வது? இது மாதிரியான சிக்கல்கள் ஏற்படாமல் இருக்க ஒரு சரி பார்ப்பதற்கான பட்டியல் (CHECK-LIST) ஒன்றைத் தயார் செய்து வைத்துக்கொள்ளுங்கள்.

இந்தப் பட்டியலை பல வகைப்படுத்தி தயார் செய்யலாம். அவை முறையே,

1. அன்றாடம் ஆபிஸ் செல்லுவதற்கு கைப் பெட்டியில்/பையில் எடுத்துச்செல்ல வேண்டிய பொருட்கள் மற்றும் பணிகள்.

2. வார விடுமுறையில் குடும்பத்துடன் பிக்னிக் போன்ற பொழுதுபோக்குக்காக என்னவெல்லாம் எடுத்துக்கொள்ள வேண்டும் என்ற பட்டியல்.

3. அலுவலக காரியமாக சிறுமுகாம் (SHORT TOUR) செல்ல எடுத்துச் செல்லவேண்டிய பொருட்கள்.

4. அலுவலக காரியமாக ஒரு வாரம் இரண்டு வாரங்கட்கான டூர் செல்லும்போது எடுத்துச் செல்லவேண்டியவை.

5. அலுவலக வேலையாக வெளி மாநிலம்/வெளிநாடு செல்லும்போது கவனித்து எடுத்துச் செல்லவேண்டியவை.

6. அலுவலக வேலையாக பயிற்சிகளில் (TRAINING PROGRAM) கலந்துகொள்ள செல்லும்போது எடுத்துச் செல்லவேண்டியவை.

7. குடும்பத்துடன் விடுமுறைப் பயணம் (HOLIDAY TOUR) செல்லும்போது மேற்கொள்ள வேண்டியவை என பல வகைப்படும்.

இப்படி ஒவ்வொரு நிகழ்ச்சியையும் பிரித்து, வரிசைப்படுத்தி, அவற்றுக்குத் தேவையான பணம், பொருள், நேரம், உடை மற்றும் வசதி போன்றவைகளை கணக்கிட்டு செயல்படுவீர்களானால் உங்களது நேரம், பணம் மிச்சப்படும்.

அன்றாடத் திட்டங்களில் நீங்கள் ஒவ்வொரு நாளும் காலையில் எழுவதிலிருந்து இரவு வரை அனுபவ வாயிலாக உங்கள் வசதிக்கேற்ப திட்டம் தீட்டி உங்களது நேரத்தை வளமான வழியில் பயன்படுத்துங்கள்.

11

தொலைபேசியின் தொண்டு

நாகரிகத்தின் உச்சிக்கு சென்றுவிட்டதற்கான அறிகுறியே - தொலைபேசி. இத் தொலைபேசி சில நேரங்களில் தொல்லை தரும் சாதனமாகவும் ஆவதுண்டு. பொதுவாக தொலைபேசி நம்முடைய நேரத்தை மிச்சப்படுத்தும் என்பதுடன் பணவிரயத்தையும், பயண நேரத்தையும் குறைப்பதுண்டு. தொலைபேசியை கையாளும் முறை சிறப்பாக இருப்பின் நன்மையுண்டு. அதே சமயம் கையாளும் முறையில் தவறு ஏற்படும்போது அதனால் நமது காலமும் நேரமும் ஏன் பணமும் பண்பும் பாதிக்கப்படுவதுண்டு.

- தொலைபேசியின் முழுப் பயனும் கிடைக்க தொலைபேசியில் தெளிவாகவும், சுருக்கமாகவும் பேச வேண்டும்.

- போனில் பேசுமுன், முதலில் பேச்சினை ஒத்திகை பார்த்துக் கொள்ளுங்கள்.

- அவசியமிருந்தால் மட்டுமே போனை உபயோகியுங்கள்; ஏனெனில் இது பணம் சம்பந்தப்பட்டது மட்டுமல்ல, நேரம் சம்பந்தப்பட்டதும் ஆகும்.

- தொலைபேசியில் பேசுவதன் நோக்கம் உங்கள் மனதில் தெளிவாக இருக்கட்டும்.

- முக்கியமான தொலைபேசி அழைப்புகளை உங்களுடைய கால அட்டவணையில் குறித்து வைத்துக்கொள்ளுங்கள்.

- குறிப்பிட்ட நேரத்தில் யாருக்காவது போன் செய்வதாக வாக்களித்து இருந்தால் சரியாக அந்த நேரத்துக்கு போன் செய்யுங்கள்.

- ❀ எல்லா போன் கால்களையும் நீங்களே அட்டெண்ட் செய்யாது, கால்களை செக்ரட்டரி மூலம் பெற்றுப் பேசினால், அவசியமில்லாத கால்களை தவிர்க்கலாம்.
- ❀ போனில் பேசும்போது சாப்பிட்டுக்கொண்டோ, மென்றுகொண்டோ அல்லது ஏதாவது பானம் அருந்திக்கொண்டோ பேசக்கூடாது.
- ❀ தவறான "கால்" வந்தால் எரிச்சல் அடையாதீர்கள். நாகரிகமாகப் பதில் சொல்லி காலை நிறுத்தவும்.
- ❀ டெலிபோன் அருகில் ஒரு சிறிய குறிப்புப் புத்தகத்தை வைத்துக்கொள்ளுங்கள். இது உங்களுக்கு அவசியமான குறிப்பு எடுத்துக்கொள்ள உதவும்.
- ❀ நீங்கள் அடிக்கடி பேசும் முக்கியமான போன் நம்பர்களை ஓர் அட்டையில் எழுதி தொங்கவிட்டால் நல்லது. நம்பர்களைத் தேடும் நேரம் மிச்சமாகும்.
- ❀ நீங்கள் பேச வேண்டிய விஷயத்துக்கு நேரடியாக வந்து விடுங்கள்.
- ❀ நீங்கள் விரும்பும் தகவலை மற்றவர் தருவதில் சிக்கல் இருப்பின் பிற்பாடு பேசுவதாகச் சொல்லி பேச்சை நிறைவு செய்யுங்கள்.
- ❀ தகவல் தொடர்புக்கு இன்று உலகமே நம்பியிருப்பது தொலைபேசிதான்.

தொலைபேசி தற்காலத்தில் எல்லாரின் இடத்தையும் ஆக்கிரமித்துள்ளது. மேலும் தொலைபேசி நமது நேரத்தைப் பெரிதும் விழுங்கும் கள்வனாகவும் இருப்பதில் வியப்பில்லை. நாம் பெரிய வேலை, பெரிய ஆள் என்று மதிப்பதே மேசையின் மேல் உள்ள தொலைபேசியின் எண்ணிக்கையிலும் வண்ணங்களிலும் தான். சிலரது அலுவலகம் சென்றால் பெரும்பாலான அதிகாரிகள் தொலைபேசியில் பேசிக்கொண்டே இருப்பார்கள். இப்படிப்பட்டவர்கள் வேலை செய்ய எப்போது நேரம் கிடைக்கும் என கேள்வி எழலாம். மேலும் மேசை மேலுள்ள கோப்புகளுக்கு முக்கியத்துவம் குறைய வாய்ப்பு உள்ளது. இதுபோன்று பல்வேறு விதமாக நமக்கு

பெ. வேலுச்சாமி

இடையூறு விளைவிக்கும் தொலைபேசியிடம் கவனமாக இருந்து நம் கடமையை ஆற்றத் தவறக்கூடாது. மேலும் நேரத்தை முழுமையாக கபளீகரம் செய்ய அனுமதிக்கவும் கூடாது.

தொலைபேசி அழைப்புகட்கு முழுமையாக அனுமதி கொடுப்போமானால் இந்த நாட்டில் யாருமே பணிகளை ஒழுங்காக செய்யமுடியாத நிலை ஏற்பட்டுவிடும். எனவே அலுவலகத்திலும், வீட்டிலும் தேவையற்ற அழைப்புகளைத் தவிர்ப்பது நல்லது. தொலைபேசிக்கு நீங்கள் மிகவும் அவசரமாக வேலை செய்துகொண்டிருப்பது தெரியாது போகும். ஆகவே முக்கியமான பணியில் இருக்கும்போது தொலைபேசிகளின் அலறல்களைத் தவிர்ப்பது நல்லது.

தொலைபேசிகளின் அழைப்பினால் நாம் எந்த அளவுக்கு பாதிக்கப்படுகிறோம் என்று நன்கு தெரிந்துகொண்டு செயலாற்ற வேண்டும். இதற்கு அலுவலகத்திலுள்ள தொலைபேசி இணைப்பாளருடன் கலந்து பேசி, நேரத்தை சேமிக்கலாம். இதன் மூலம் நமது வேலைத்திறன் அதிகரிக்கும். இவ்வாறு வேலைத்திறன் அதிகரிப்புக்கு என்னென்ன வழி முறைகள் உண்டென ஆராய்வோம்.

- ❀ தொலைபேசியில் நாம் பேசுவதைக் குறைத்து, எதிர்முனையில் பேசுவோரின் கருத்தை உடன் அறிந்து போனில் பேசும் நேரத்தைக் குறைக்க வேண்டும்.

- ❀ முடிவெடுக்க முடியாத தொலைபேசி தொடர்புகள் வரும்போது, பின்னர் தொடர்பு கொள்வதாகக் கூறி இணைப்பை துண்டிக்கவேண்டும்.

- ❀ நாமாகத் தொடர்பு கொண்ட நபர் தொலைபேசியில் இல்லையென்றால், அவருக்கு தெரிவிக்க வேண்டிய செய்தியைச் சொல்லி, அவர் வந்ததும் தொடர்பு கொள்ளுமாறு கேட்டுக்கொள்ள வேண்டும்.

- ❀ நாம் தொலைபேசியில் பேசும்போது குறிப்பெடுக்கத் தேவையான பேனா மற்றும் குறிப்பேடும் அருகில் இருக்கவேண்டும்.

- எல்லா தொலைபேசி அழைப்புகளையும் நீங்களே ஏற்கவேண்டும் என்ற கட்டாயம் இல்லை என்பது உங்கள் கருத்தாக இருப்பது நல்லது.

- தொலைபேசியில் பேசும்போது முடிந்த அளவு சுருக்கமாகவும், சீக்கிரமாகவும் பேசி நேரத்தையும், பணத்தையும் சேமிக்க வேண்டும்.

- தொலைபேசிப் பேச்சு எளிமையாகவும் எதிரிலுள்ளவர் புரியும்படியும் அமையவேண்டும்.

- உங்களை குறிப்பிட்ட நேரத்தில்தான் தொலைபேசியில் அணுகலாம் என்ற செய்தியையும் உங்கள் இணைப்பாளர் மூலம் தெரிவியுங்கள்.

- பேசும் ஒவ்வொரு தொலைத்தொடர்பும் அத்யாவசிய மானதாகவும், அவசரமானதாகவும் இருக்கவேண்டும்.

- ஒரே நபருடன் ஒரே விஷயத்திற்காகப் பல தடவை பேசுவதைக் குறையுங்கள்.

தொலைபேசியில் தொடர்புகொண்டு பேசுவது என்பது ஒரு கலையாகும். தொலைபேசி அழைப்புகளுக்கும் திட்டமிடுதல் நல்லது. நமது நேரக் குறிப்பில் எந்த நேரத்தில் யார் யாரிடம் பேசலாம் என்பதனைக் குறிப்பெடுத்து வைத்துப் பேசுவதால் நமக்கு அனுகூலம் உண்டு. தொலைபேசி தொடர்புகளை நமக்குப் பயனுள்ளதாக ஆக்கிக்கொள்வதாலும், நேரம் வீணாகாமல் நிர்வகிக்கக் கற்றுக்கொண்டாலும் தொலைபேசி நமது உற்ற நண்பன், மேலும் நம் நேரத்தையும், காலத்தையும் அதிகமாக ஆக்கும் ஆருயிர் நண்பனாகும் என்பதில் வியப்பில்லை.

12

நாளுக்கு எத்தனை மணி நேரம்

ஒரு வருடத்துக்கு 365 நாட்கள் என்பதும் ஒரு மாதத்துக்கு சராசரியாக 30 நாட்கள் என்பதும் 1 வாரத்துக்கு ஏழு நாட்கள் என்பதும் ஒரு நாளைக்கு இருபத்தி நாலு மணிநேரம் என்பதும், ஒரு மணிக்கு அறுபது நிமிடம் என்பதும் நிமிடத்துக்கு அறுபது வினாடி என்பதும் உலகில் எல்லாரது எண்ணமும் உணர்வும் ஆகும். ஆகும் உண்மை அதுவல்ல. அவரவர்கள் நேரத்தைக் கையாள்வதைப் பொறுத்து நேரங்கள் மாறுபடும். சோம்பேறிகளுக்கு நேரம், காலம் மிகக் குறுகியது என்பதுடன் வீணான காலம் எனலாம். நேரத்தை திறமையற்ற வகையில் கழிப்பவர்களையும் சோம்பேறிகளாகக் கருதலாம்.

நேரத்தைக் கவனமாக சிந்தித்துத் திட்டமிட்டு பணி செய்பவர்களுக்கு நேரம் மிக அதிகமாகக் கிடைக்கிறது. சோம்பேறிகளுக்கு நேரம் வீணடிக்கப்பட்டு, நேரம் குறுகுகிறது. ஆனால் சுறுசுறுப்பான உழைப்பாளிகளுக்கு நேரம் விரிவடைகிறது. இதன் பயனாக 24 மணி நேரம் என்பது பல மணி நேரமாக பெருக்கெடுக்கிறது.

சிலர் இரண்டு நாட்கள், அதாவது 48 மணிநேரம் வேறு சிலர் மூன்று நாட்கள் அதாவது 72 மணி நேரம் எடுத்துக் காரியங்களை முடிப்பார்கள். ஆனால் ஒரு சிலரோ, திட்டமிட்டு, சிந்தித்து செயல்படுவதால், 1 நாளிலேயே அதாவது 24 மணி நேரத்திலேயே முடிக்கிறார்கள். இவ்வாறு செய்வதனை ஒரு நாள் என்பது சிலருக்கு இரண்டு நாட்களாகவும் வேறு சிலருக்கு மூன்று நாட்களாகவும் அமைந்து காலத்தை மிச்சப்படுத்துகிறது. ஆகவே இப்படிப்பட்ட மனிதர்கட்கு ஒருநாள் என்பது இருபத்திநாலு மணிநேரமாக இல்லாது நாற்பத்தெட்டு மணி நேரமாகவும் இருப்பதாகக்கொள்ளலாம்.

பெரும்பாலானவர்கள், அவரவர்கள் நேரத்தை அவர்கள் இஷ்டம் போல் பயன்படுத்தவே எண்ணுகிறார்கள். இவ்வாறு காலத்தின் அருமையை உணராது, ஊதாரித்தனமாக நேரத்தைத் தொலைப்பவர்களை ஊதாரிகள் எனலாம். பணத்தை வீணே செலவழித்து அழிந்து போவோர்களும் ஊதாரிகளே. ஆனால் இழந்த பணத்தையும், பொருளையும் முயன்று மீண்டும் சம்பாதித்து விடலாம். இவ்வாறு இழந்த பொருட்களையும், பணத்தையும் மீண்டும் பெறுவது கடுமையான உழைப்பின் பலனே. ஆனால் இழந்து போன நேரத்தை எவ்வளவுதான் முயன்றாலும் உழைத்தாலும் திரும்பப் பெறமுடியாது.

ஆகவே இழந்த பொருட்களை ஈட்டுவது முடிந்த காரியம். இழந்த அதாவது தொலைத்த அல்லது வீணடித்த நேரத்தை திரும்பப் பெற முடியாது என்ற உண்மை ஒரு கசப்பான உண்மையே.

ஆகவே அவரவர்கள் தங்களது நேரத்தை பயன்படுத்த திட்டமிடல் வேண்டும். பொன்னையும் பொருளையும் செலவழிக்குமுன் எவ்வாறு கவனமாக இருப்பார்களோ அதைவிட பன்மடங்கு கவனமாயிருந்து நேரத்தை திட்டமிட்டு செலவழிக்கவேண்டும். அன்றாட அலுவல்கட்கென ஒதுக்கப்பட்ட நேரம் போக, நேரம் எவ்வாறெல்லாம் செலவழிகிறது என்பதை கீழே காண்போம்.

மனிதர்களின் வாழ் நாட்களில் மூன்றில் ஒரு பங்கு தூக்கத்தில் கழிந்து விடுகிறது. உண்பதற்காக நாம் செலவழிக்கும் நேரம் நம் ஆயுட் காலத்தில் சுமார் பத்தில் ஒரு பங்கு எனக் கணக்கிடப்பட்டுள்ளது. மற்றொரு பத்தில் ஒரு பங்கு அன்றாட காரியங்கட்காகவும் குளிப்பது போன்ற உடல் சுத்தத்திற்காகவும் செலவிடப்படுகிறது. மற்றபடி ஒரு கணிசமான நேரம் உறவினர் மற்றும் நண்பர்களுடன் கழிப்பதற்காக செலவிடப்படுகிறது. இவ்வாறு மொத்தத்தில் எழுபது சதவீத நேரமும் செலவானது போக, மீதம் கைவசமுள்ள நேரம் முப்பது சதவீதம் மட்டுமே. இந்த முப்பது சதவீத நேரத்தில்தான் நமது வாழ்நாளின் பராமரிப்புக்கான பணிகளைச் செய்தாக வேண்டும். இப்பணிகளே நமது கனவுகளை நனவாக்குவது.

இவ்வாறு நமது அன்றாட பராமரிப்பு தூக்கம், சாப்பாடு மற்றும் இதர பணிகள் போக அலுவலகப் பணிகளைச் செய்ய நமக்குக்

கிடைக்கும் காலத்தினை சிறிது திட்டமிட்டு புத்திசாலித்தனமாக நேர நிர்வாகம் செய்ய வேண்டும். இதுவே நம்மை பெரிய சாதனையாளன் ஆக்குவதற்கான அடிப்படை, இதிலிருந்து நாம் அறிய வேண்டியது வேலையைத் திறம்பட செய்துமுடிக்க ஒரு வேலைத் திட்டத்தை அமைத்துக்கொள்ள வேண்டும். இதனால் அதிகமான வேலை செய்த திருப்தி கிடைக்கும். இப்படி திறம்பட வேலை செய்வதால் நேரங்கள் வீணாக்கப்படவில்லை.

பொதுவாக நம் அலுவலக வேலைகளை அலுவலகத்திலேயே முடித்துவிடவேண்டும். அலுவலக வேலையை வீட்டிற்குக் கொண்டு வருதலைத் தவிர்க்கவேண்டும். வீடுவேறு, அலுவலகம் வேறு என்ற எண்ணத்தில் நம் பணிகளை அந்தந்த சூழ்நிலையில் முடித்துவிட வேண்டும். இதனால் கடமைகளை செவ்வனே செய்த நிம்மதி கிடைக்கும். வேலை என்று இருப்பவர்கள் வேலையோடு தங்களுடைய உடல் நலத்தைப் பேணுதலும் அவசியம். பொதுவாக ஊக்கமும் உற்சாகமும் உள்ள அனைவரும் எட்டு மணி நேர வேலையில் சுமார் பத்து பன்னிரண்டு மணி நேர வேலைகளைச் சாதாரணமாக செய்து முடித்து பிறருடனும் கலகலப்பாகப் பேசிக் காலத்தை மகிழ்ச்சியுடன் கழிப்பார்கள். ஆகவே நாளுக்கு எத்தனை மணிகள் பணி என்பது இவர்கள் விஷயத்தில் சிறப்புப் பெறும்.

வாழ்க்கை என்பது...

வாழ்க்கை என்பது அவரவர் கையில் வாழ்வதும் தாழ்வதும் அவரவர் கையில். வாழ்வில் உயரச் சென்று பல சாதனைகள் புரிந்தவர்கள் குறுகிய காலமே வாழ்ந்தாலும் பல்லாண்டு காலம் வாழ்ந்ததற்கு ஒப்பாவார்கள். நீண்ட காலம் வாழ்ந்தும் அவரவர் பணியினை செவ்வனே செய்யாதவர்களின் வாழ்நாள் குறுகிய வாழ்க்கையாகும். இவர்களை பிறந்தும் பிறவாதவர்களே என்றால் கூட குற்றமில்லை.

வாழ்க்கையை நேசிப்பவர்கள் குழுவில் உங்களை சேர்த்துக் கொள்ளுங்கள். அப்படியாயின் நீங்கள் காலத்தை கழிப்புடன் கழித்தவர்கள் ஆவீர்கள். யாரால் தாங்கள் வாழ்ந்த காலத்தில் கழிப்புடன் இருக்க முடியும்? தனது கடமைகளை, பணிகளை நட்பை, நேரத்தை பயன்படும் வகையில் செலவு செய்தவர்களே. வாழ்க்கையை உருவாக்குவது நேரமே!

13

நேற்று, இன்று, நாளை

காலம் என்ற கண்ணாடியை பத்திரமாகப் பாதுகாக்கவேண்டும். இக்கண்ணாடியில் நாம் நேற்று முகத்தைப் பார்த்திருப்போம். ஆனால் இன்று பார்க்கும்போது முகம் நேற்று பார்த்ததைவிட மிகவும் வெளிச்சமாகவும், யதார்த்தமாகவும், பளிச்சென்றும் இருக்கும். நேற்று கண்ணாடியில் பார்த்ததை நினைவுக் கொண்டு வருவது இன்று கண்ணாடியைப் பார்ப்பதற்கு ஈடாகாது. இதுபோல் நாளை வந்தால்தான் நாளைய முகம் கண்ணாடியில் நாளை தெரியும். இதிலிருந்து அறியப்படுவது நேற்றைய முகமும் நாளைய முகமும் இன்றைய முகத்திற்கு ஈடாகாது. ஆகவே நாம் நேற்றை மறப்போம். கைவசமுள்ள இன்றை முழு அளவில் பயன்படுத்தி நாளை என்ற எதிர்பார்ப்புக்கு நம்மை ஆயத்தப்படுத்திக்கொள்வோம்.

திட்டமிடாமல் நேற்றை அனுபவித்தோம், இன்றைய நாளை அனுபவிக்கும் வாய்ப்பு நமக்கு வளமாக இருக்கிறது. இதேபோல் நாளையும், நாம் திட்டமிட்டு வளமாக்கி வாழ்ந்து காட்டுவோம். இன்று நமக்குக் கிடைத்துள்ள வாய்ப்புகள், வசதிகள் எல்லாம் நேற்றைய சிந்தனையால் உழைப்பால், திட்டத்தால் நமக்கு கிடைத்தவை என முதலில் நம்புவோம். இந்த எண்ணத்தின் அடிப்படை உண்மை நேற்று என்பதுதான் இன்றாகி உள்ளது. ஆக நேற்று என்பது நம் வாழ்வின் முப்பரிமாணங்களில் ஒன்று. இதுபோல் நாளை என்பது, நாளைய இன்றாகிவிடுகிறது. இன்று என்பது நேற்றாகிவிடுகிறது. ஆனால் நாம் நாளைய நிலையை சற்று கூர்ந்து ஆராய வேண்டும்.

இன்று நமக்கு நல்ல நாளாக அமைவதற்கு நாம் ஆராய வேண்டியது நேற்றைய நாளை. நேற்றைய நாளின் உழைப்பால் உருவானதே இன்றைய இனிமை. நேற்றைய நாளை நாம்

ஒதுக்கிவிட முடியாது. காரணம் நேற்று உருவான நாம் இன்று அதைத் தொடர்கதையாக்கி நாளைய எதிர்பார்ப்பை அடைய உள்ளோம். நாளைய எதிர்பார்ப்பில் நாம் நம்பிக்கையை மூலதனமாக வைக்கவேண்டும். நம்பிக்கையின் வேர்கள் நேற்றைய உழைப்பும் இன்றைய செயலும் நாளைக்கான திட்டமும்தான். சிலர் நேற்றைய தவறுகள் குறித்து கவலைப்பட்டு, இன்றைய நாளையும் கவலைக்கு உட்படுத்திக்கொள்கின்றனர். இன்னும் இதைத் தொடர் கதையாக்கி நாளை என்ற எதிர்காலத்தையும் வீணடிக்கிறார்கள். சிலர் அதிகப்படியாகவே கவலையை அணைத்துக்கொள்கிறார்கள். எப்படியெனில், வயதான காலத்தில் எப்படி வாழப்போகிறோம்? என்பவர்கள் சிலர் சாவைக் கண்டும் வியாதிகள் பற்றியும் கவலைகொள்வோர் ஏராளம். இதுபோன்ற வீணான கவலைகளால் தங்களது இன்றைய நாள் பாழாவதையும் உணராது உள்ளனர். எனவே இதுபோன்ற உணர்வுகளை ஒரு புறம் தள்ளிவிட்டு, இந்த நாள் உழைப்பில் கவனம் செலுத்தவேண்டும். இவ்வாறு வீணாகக் கவலையை வளரவிடாது உழைப்பு, உழைப்பு, சேவை, சேவை என்றும் பயனுள்ள பணிகளைச் செய்து நல்ல பொழுது போக்குகளை மேற்கொண்டால் இந்த நாள் அல்ல எந்த நாளும் இனியவையாக சிறப்பாக வளமாக இருக்கும் என்பதில் வியப்பில்லை.

"நாளை நமதே" என்ற நல் எண்ணத்தில் இன்றையப் பணியை செவ்வனே செய்யவேண்டும். எந்த ஒரு காரியத்தையும் தள்ளிப் போடவே கூடாது என்று வைராக்கியம்கொள்ள வேண்டும். நாளை நாம் இருப்போமா? என்ற சந்தேகமேகொள்ளாது இருப்போம், வாழ்வோம், வளமான எதிர்காலம் நமக்கு உள்ளது என்ற எண்ணத்தின் அடிப்படையில் இருக்கவேண்டும். எதிர்காலத்தைச் சந்திக்க நாம் உறுதியுடன் இருக்கவேண்டும். நமது அனுபவங்கள் வாயிலாக எதிர்காலம் எப்படியிருக்கும் என்றும் ஓரளவு எடை போடலாம். நம் எதிர்பார்ப்பு நமக்கு தோல்வியை ஒருவேளை தந்தாலும் இதுவும் ஒரு புது அனுபவமாக இருக்கட்டுமே. எதிர்காலத்தைச் சமாளிக்க "வருமுன் காப்போம்" என்ற சொல்லும் ஒரு வழிகாட்டியே. இவ்வழிகாட்டியும் ஓர் அனுபவ உண்மையே. எதிர்காலம் என்பது கேள்விக்குறியானாலும் ஒரு புதிய சாதனை உலகாக மாறும் என்பதில் நம்பிக்கைகொள்ள வேண்டும். இந்த

மாதிரியான நம்பிக்கை நேற்றிலிருந்து கிடைத்த அனுபவமாகத் திகழட்டும். இன்றைய தினத்தில் கண் கூடாகக் கண்டு, செய்து அனுபவித்த உண்மையாக இருப்பதேரடு நாளைய மறுமலர்ச்சியை உண்டுபண்ணும் வித்தாக அமையும் என எண்ணுவோம்; சிந்திப்போம், செயல்படுவோம்.

14

பட்டியல்கள் பலவிதம்

தினமும், அன்றைய நடவடிக்கைகள் பற்றி யார் யார் திட்டமிட்டுச் செயல்படுகிறார்களோ அவர்கள் கால விரயத்தைத் தவிர்ப்பவர்கள் என கண்டுகொள்ளலாம்.

எந்தவிதமான திட்டமும் முன் யோசனையுமில்லாமல் நடக்கிறது நடக்கட்டும் என எண்ணியே சிலர் செயல்படுகிறார்கள். உங்களுடைய வாழ்வினை எதற்காக அதிர்ஷ்டத்தின் கையிலோ, அடுத்தவர் கையிலோ ஒப்படைக்க வேண்டும்? திட்டமிடுங்கள். எதைச் செய்தாலும் ஒரு திட்டத்தின் அடிப்படையில் செய்ய வேண்டும். நேரச் சேமிப்புக்கு உதவும் முதல் நடவடிக்கை இதுதான்.

அதாவது:-

இலக்கு நிர்ணயம்
எதைத் தள்ளிப்போடுவது
எதைத் தவிர்ப்பது.

இவ்வாறு உறுதி செய்துகொண்டு விட்டால் நேர ஒதுக்கீட்டில் இறங்கி விடலாம்.

அவசரமாக நாம் தேடும், சேகரிக்கும் தவறவிட்டுத் தடுமாறும் நேரத்தை மிச்சப்படுத்த சில பொருட்கள் உள்ள இடம், அவற்றின் பட்டியல்கள் உதவக் கூடும்.

1. நேரத்தையும், உயிரையும் காக்கும் அத்தனை குறிப்புகளையும் அலுவலகம் செல்லும்போது எடுத்துச் செல்லும் கைப்பெட்டியில் இருக்கவேண்டும் என்பதற்கான மாதிரிப்பட்டியல் :-

- பணம் வைத்துள்ள பர்ஸ் அல்லது கிரிடிட்கார்டு
- சிறு நோட்டு, பென்சில்
- குண்டுசி, ஜம்கிளிப் அல்லது ஸ்டேப்பிளர்
- டெலிபோன் மற்றும் விலாசங்கள் கொண்ட டைரி
- தபால் கவர், அஞ்சலட்டை, ரெவின்யூ ஸ்டாம்ப்
- லெட்டர்பேட் மற்றும் கவர்கள்
- விசிட்டிங்கார்டு
- அலுவலகச் சாவிக்கொத்து
- உங்கள் வாகனத்துக்கான ரிக்கார்டுகள் மற்றும் லைசன்ஸ்
- செலோடேப், ரப்பர் பாண்ட்
- சிறு கத்திரிக்கோல்
- படிக்க / எழுத உபயோகிக்கும் கண்ணாடி
- மின் ரயில் / பஸ்பாஸ்
- அடையாள (அலுவலகம்) அட்டை
- உடல் நிலைப்பற்றிய மருத்துவக் குறிப்பு
- உங்கள் வீட்டு விலாசத் தகவல் அட்டை
- குடும்ப டாக்டரின் விலாசம்
- வீட்டின் சாவிகள் (டூப்ளிகேட்)

2. இல்லத்தரசிகள் வீட்டை விட்டு வெளிச்செல்லும் போது எடுத்துக்கொண்டுபோகும் பையில் இருக்க வேண்டியவை பற்றிய பட்டியல் -

- பணப்பர்ஸ் மற்றும் கிரிடிட்கார்டு
- உங்கள் வீட்டு விலாசம் மற்றும் தொலைபேசி எண் விபரம்
- நீங்கள் வெளியே செல்லும் போது கவனிக்க வேண்டிய குறிப்புகளும் அதற்குத் தேவையானவைகளும் (ஷாப்பிங் லிஸ்ட், செக் புஸ்தகம் இதர அத்யாவசியமான ரசீதுகள் போன்றவை)

- நீங்கள் சந்திக்க வேண்டியவர்களின் விலாசம், தொலைபேசி எண்கள்
- உங்களைப் பற்றிய மருத்துவ அத்யாவசியக் குறிப்புகள்
- பேனா / பென்சில் மற்றும் குறிப்புக்காக ஒரு சிறு நோட்டு
- மேக்கப் சாமான்கள்
- கர்ச்சிப் (மற்றும் பேப்பர்டவல்)
- படிக்க மூக்குக் கண்ணாடி / கூலிங்கிளாஸ்
- ஹேர்கிளிப், பின் முதலியன
- சாமான்கள் எடுத்துவர சிறு பைகள், மற்றும் பெரிய பைகள் (தேவைப்பட்டால்)

3. வீட்டில் வைத்திருக்கும் பொருள்கள் பற்றிய விபரங்களை வரிசைக் கிரமமாய் எழுதி பீரோவில் வைத்திருந்தால் அந்தந்த சாமான்கள் பற்றிய ஒட்டு மொத்த விபரத்தையும் வேண்டும்போது தெரிந்துகொள்ளலாம். இதன் விபரத்தை கம்ப்யூட்டர் இருந்தால் அதிலும் பதிவு செய்யலாம். ஒரு காப்பியை பாங்க் லாக்கரில் வைத்து பூட்டிவிடலாம். இதனால் வீட்டில் உள்ள பத்திரங்கள், நகைகள் பற்றிய விபரங்களை வேண்டும் போது சரிபார்த்துக் கொள்ளலாம். பணத்தேவையின் போது பட்டியலைப் பார்த்து ரசீதுகள், பத்திரங்கள் மற்றும் நகைகளின் விலை மதிப்பை நிர்ணயிக்கவும் வசதியாயிருக்கும். இதனால் நேரச் சிக்கனம் ஏற்படும். மன உளைச்சல் தடைபடும். இவ்விவரங்களைப் பின்வருமாறு வரிசைப்படுத்தலாம்.

- வங்கியில் உள்ள பணத்தின் டெபாசிட் ரசீதுகள்
- வங்கிகளின் பாஸ்புக் - செக் புஸ்தகம் / சேப் வால்ட் சாவி மற்றும் இதர குறிப்பு
- வங்கிக் குறிப்புகள்
- செக் புத்தகங்கள் (உள்ளூர்/வெளியூர்)
- நகைகள் வரிசைக்கிரமமாக (பீரோவில்)

4. இதர தகவல்களுக்காக அலமாரியில்/பெட்டியில் எழுதி ஒட்டி வைக்கவும் (உள்ளே இருப்பதன் விவரம்)

- பொதுவான பில்கள்
- வரிகட்டிய ரசீதுகள்
- டெலிபோன் / மின் கட்டண பில் ரசீதுகள்
- கார் லைசென்ஸ் / ஸ்கூட்டர் RC விவரம்
- தண்ணீர் வரி
- வீட்டுக்கடன் / வாடகை / இதர விவரங்கள்
- விலை கூடிய சாமான்கள் வாங்கிய பில் விவரங்கள் கியாரண்டி ரசீதுடன்
- இன்ஷ்யூரன்ஸ் விவரம்

5. மற்றுமொரு பெட்டி அல்லது அலமாரியில்

- மெடிக்கல் மற்றும் பரிசோதனை ரசீதுகள் விவரங்கள்
- மருந்துகள் வாங்கிய ரசீதுகளும் / டாக்டரின் மருந்துச் சீட்டும்
- உடல் பரிசோதனை விவரங்கள் - எக்ஸ்ரே- இ.சி.ஜி.- ஸ்கேன்-எக்கோ டிரெட் மில் ரிப்போர்ட்டுகள்
- உங்கள் குடும்பத்தார் ஒவ்வொருவருக்கும் உடலுக்கு ஒவ்வாத மருந்துகள் பற்றிய குறிப்பு
- சிறுநீர் / இரத்த பரிசோதனை விவரம்
- மூக்குக் கண்ணாடி பரிசோதனை விவரம்

6. மற்றும் ஒரு பெட்டி அல்லது அலமாரியில்

- வீடு, நிலம், கார், ஸ்கூட்டர் பற்றிய ரிக்கார்டுகள்
- சொத்து மதிப்பீட்டு விவரங்கள்
- பொதுவாக இன்ஷ்யூரன்ஸ் தகவல்கள்
- உயில்கள் (இருப்பின்)
- நீண்ட கால டிபாசிட் விவரங்கள்
- நன்கொடை வழங்கிய விவரங்கள்

7. இன்னுமொரு அலமாரி அல்லது பெட்டியில்

- உங்கள் வருமானவரி ரிக்கார்டுகள்
- ஆண்டுதோறும் வரக்கூடிய இதர வருமானக் குறிப்புகள்
- உங்களது அடையாள கார்டு
- பாஸ்போர்ட்
- வரிகள் பற்றிய முக்கிய கடிதங்கள்

8. மற்றுமொரு பெட்டி அல்லது அலமாரியில்
- ரேஷன் கார்டு
- மின்சார அட்டை
- வாக்காளர் அட்டை
- கிளப் / சங்கங்களின் உறுப்பினர் விவரங்கள்

மேலே தரப்பட்ட தகவல்களை ஒழுங்காக வைத்திருந்தால் தேடுதல் நேரமும், மன உளைச்சலும் குறையும். எதையும் எளிதில் கண்டுபிடிக்கும்படி வீட்டில் தகவல் இருப்பின் உங்கட்கு ஏற்படும் மன நிறைவுக்கு எல்லையே இல்லை.

15

வேலைப்பங்கீடு

நமது நாடு ஒரு குடியரசு நாடு. இங்கு எந்த திட்டம் நிறைவேற வேண்டுமானாலும் அந்தந்த பணிகளைச் செய்ய தனித்தனி துறைகள் உள்ளன. நிறைவேற்றப் படவேண்டிய பணிகள் துறைகளில் உள்ள வல்லுனர்கள் வழியாக வேலைகள் பிரிக்கப்பட்டு நிறைவேற்றப்படுகின்றன. இதனால் வீணாகக் காலம் கழியாததுடன், பண விரயமும் ஆவதில்லை. காலத்தைச் சேமிக்கவும், சிக்கனமாக திட்டங்களை நிறைவேற்றவும் பல மேலாளர்கள் உள்ளனர். மேலாண்மை என்பது ஒரு பணியை மற்றவர்கள் மூலமாக செய்து முடிக்கும் அருங்கலையாகும். மேலாளர் என்றாலே பணியினை செம்மையாக அடுத்தவர் மூலம் செய்ய வைப்பது என்பது தான் பொருள். மேலும் மேலாளரின் முக்கிய பொறுப்பு தனது கட்டுப்பாட்டில் பணிபுரியும் சார் பணியாளர்கள் எல்லாப் பணிகளையும் தாங்களாகவே செய்யக்கூடிய அளவு அவர்கட்கு அதிகார வாய்ப்பு அளிக்கவேண்டும். இவ்வாறு செய்வதால் வேலைப் பங்கீடு சமமாக உள்ளது என்பதோடு அதிகாரக் குவிப்பு என்ற எண்ணம் எழாது.

பொதுவாக ஒரு சில நிறுவனங்களில் பணிபுரியும் உயர்நிலை மேலாளர்கள் இரவு நேரங்களிலும் பணிபுரிவார்கள். இதற்குக் காரணம் அலுவலகம் தங்களுடைய திறமையினால் தான் நடைபெறுகிறது என்ற தப்பிதமான எண்ணமே.

மேலும் இவர்களது மனதில் தாங்கள் எடுக்கும் முடிவே சரியானதாய் இருக்கும் என்றும் அவ்வாறில்லாவிட்டால் நிறுவனம் நிலை குலைந்து போகும் என்பது இவர்களது தப்பான எண்ணம். இதன் முடிவு என்னவாகும் என்று அவர்கள் சிந்திப்பதில்லை கீழ்நிலை அலுவலர்கள் தாங்களாகவே எந்தவிதமான ஆர்வமும் கொள்ளமாட்டார்கள். தங்கள் மனதில் தோன்றும் உயரிய கருத்துகளையும் வெளியிடமாட்டார்கள். அலுவலக வேலை

நேரத்துக்கு அலுவலகம் வந்து, வேலை நேரம் முடியும்போது சென்றுவிடுவார்கள். இதன் முடிவு கீழ்நிலையில் பணிபுரியும் மேலாளர்கள், பணியாளர்கள் ஆகியோருக்கு பொறுப்புகள் குறைவதுடன் அவர்களுக்கு ஆர்வமும், உந்துதலும் குறைந்து விடுகின்றன. இவ்வகையான மெத்தனப் போக்கு நிறுவனத்தின் வளர்ச்சியை மட்டும் பாதிக்காததுடன் நிறுவனப் பணியாளர்கட்கும், நிர்வாகத்தின் மீது ஓர் அவநம்பிக்கையையும் உண்டு பண்ணும்.

ஒரு நிறுவனம் என்பது அதில் பணிபுரியும் பணியாளர்கள், நிறுவனத்துக்குச் சொந்தமான நிலம், இடம் கட்டடம், கருவிகள் மற்றும் அதன் செல்வாக்கு என்பது போன்றவைகளால்தான். ஆனால் இதில் பெரும்பங்கு வகிப்பவர்கள் அதன் ஒட்டு மொத்தப் பணியாளர்களே. எத்தனையோ நிறுவனங்கள் பெயரும் புகழும் பெறுவதற்குக் காரணம் அதன் பணியாளர்கள் என்றால் மிகையாகாது. ஒரு நிறுவனத்தின் எண்ணத்தை செயலாக்க ஆற்றல் மிக்க பணியாளர்களிடம் பணியை ஒப்படைத்து, முடிவினை சரிபார்க்கவேண்டும். இதனைத்தான் வள்ளுவப் பெருந்தகை "இதனை இதனால் இவன் முடிக்கும் என்று ஆய்ந்து அதனை அவன்கண் விடல்" எனப் பகன்றார். எல்லாப் பணிகளையும் எல்லாருமே செய்து விடமுடியும். முடியும் என்ற ஒரு தவறான எண்ணம் உயர் தகுதியிலுள்ளவர்கட்கு ஏற்படக்கூடாது. ஒரேவிதமான கல்வித் தகுதி உடையவர்களில் கூட அவர்களிடம் பணியின் வேகம், திறமை, செயல்பாடு வேறுபடும் என்பது கண் கூடாகக் கண்ட உண்மை. ஆகவே பொறுப்புகளை ஒப்படைக்கும்போது, அவர்களை நன்கு ஆராய்ந்து செய்து முடிக்கும் திறன் உள்ளவர்களா? இப்பணியினைச் செய்த முன் அனுபவம் உண்டா? இல்லை இதை செய்து முடிக்கவேண்டும் என்ற ஒட்டு மொத்த ஆர்வம் உள்ளதா? என்பதையெல்லாம் சிந்தித்து அப்பணியினை அவர்களிடம் ஒப்படைப்பது, நிறுவனத்தின் இலக்கை எளிதில் எட்டுவதற்கான செயல்பாடு ஆகும். இவ்வாறு செய்வதால் வேலைப் பங்கீடுமுறை சரியாகத் தீர்மானிக்கப்பட்டதாகும். இவ்வாறு செயல்படும் இடத்தில் அதிகாரக் குவிப்பு என்ற வார்த்தைக்கு வழியே இல்லை.

ஒரு நிறுவனத்தின் வெற்றி திறமைசாலிகளை மட்டும் பணிக்கு அமர்த்தியதுடன் நின்று விடாது. அத்திறமை சாலிகளை பயன்படுத்துவதிலும் உள்ளது. அவர்களது திறமையை வளர்க்க

நிறுவனம் நல்ல ஆர்வம் காட்டவேண்டும். தகுதியானவர்களைத் தேர்ந்து எடுப்பது நல்ல ஆரம்பம், இப்படி தகுதியானவர்களைத் தேர்ந்தெடுத்து அவர்களை முறையான பயிற்சி அளித்து கௌரவிக்கவேண்டும். இப்படி பயிற்சி முடிந்ததும் அவர்களைக் கலந்தாலோசித்து, பொறுப்புகளை முற்றிலும் ஒப்படைக்கவேண்டும். பொறுப்பு என்பதால் அதனை மேற்கொள்ள அவர்களுக்குரிய உதவிகளை செய்யவும் நிறுவனம் ஏற்பாடு செய்யவேண்டும். இதனை அதிகாரம் என்றால் மிகையாகாது. இவ்வதிகாரம் அவர்களை தங்களிடம் ஒப்படைக்கப்பட்ட பணியினை தங்கு தடையில்லாமல் நிறைவேற்ற உதவும். ஒரு சில சமயங்களில் இவ்வதிகாரத்தை சிலர் தவறாகவும் பயன்படுத்த முயல்வார்கள். இவ்வாறு பயன்படுத்துவது நிறுவனத்தின் நீண்ட கால வளர்ச்சியைப் பெரிதும் பாதிக்கும். ஆகவே குறுகிய கால எல்லைக் கண்ணோட்டம் நீண்ட கால எல்லைக் கண்ணோட்டத்தைக் கவிழ்த்துவிடும். அதிகாரம் முழுமையும் பணியினை செய்வோரிடமோ இருக்குமாயின் அதுவும் நிறுவன வளர்ச்சிக்கு குந்தகம் விளைவிக்கும். ஆகவே அதிகாரத்தை பகிர்ந்தளிப்பு முறையில் செய்யவேண்டும். இதனால் பெரிய பெரிய இடர்ப்பாடுகளைத் தவிர்த்து, பணியின் வளர்ச்சியில் பொறுப்பானவர்கள் கவனம் செலுத்தலாம்.

ஒரு நிறுவனத்தில் பணிபுரிய ஆற்றல்மிக்கவர்கள் வேண்டும். இதற்கு நிறுவனம் செய்யவேண்டிய கடமைகள் மூன்று.

1. ஆற்றல் மிக்க பணியாளர்களை தேர்ந்தெடுப்பதில் கவனம் செலுத்தி, தேர்வு செய்யவேண்டும்.
2. ஏற்கெனவே பணி செய்பவர்களை ஆற்றல் மிக்கவர்களாக ஆக்க, அதிகாரத்தைப் பரவலாக்கவேண்டும்.
3. பணியாளர்களைத் தன்னம்பிக்கை மிக்கவர்களாக ஆக்கவேண்டும்.

மேலும் திறமைசாலிகளை ஊக்குவிப்பதுடன் மனம் திறந்து பாராட்டவேண்டும். சிறு சிறு குறைகட்கு முக்கியம் கொடுத்து, நல்ல பணியாளர்களை மனம் நோகச் செய்தல் கூடாது. இலக்குகளில் குறியாக இருத்தல் அவசியம். பணியாளர்களை திட்டமிடுதலில் பங்கு பெறச் செய்தல்வேண்டும். தகவல் தொடர்புகளில் நிறுவனம்

கவனமாய் இருத்தல் அவசியம். இவ்வாறு பணியாளர்களை பண்புடன் உருவாக்குபவரே சிறந்த நிர்வாகியாக முடியும். சிறந்த நிர்வாகம் உள்ள நிறுவனங்களில் அதிகாரப் பங்கீடு நல்லவிதமாக இருக்கும். இவ்வித அதிகாரப் பங்கீட்டு முறையினால் பணியாளர்கள் பாதிக்கப்படுவதில்லை. அவரவர் அவரது பணியில் கவனம் செலுத்துவர். அவர்கட்கு உரிய மரியாதையும் நிர்வாகம் தரும்.

வேலைப் பங்கீட்டு முறை சமமாகவும் மேலாண்மை அடிப்படையிலும் அமையும் நிறுவனங்களில் வளர்ச்சி செழுமையாக இருக்கும். பணிகளில் எங்கோ தவறு நேர்ந்துவிட்டாலும் அதைப் பொறுப்பேற்று, தவறைத் திருத்திக்கொள்ள சம்பந்தப்பட்டவர்கள் முன் வருவார்கள். அதிகாரப் பங்கீட்டு முறையிருப்பின் நல்ல ஓய்வும் அமைதியும், நிம்மதியும் நிர்வாகத்தாருக்கு கிடைப்பதுடன் எப்போதும் மகிழ்வாகவும் சுறுசுறுப்பாகவும் இருப்பார்கள். காலத்தை நேசிக்கும் பண்பிற்கும் குறைவிருக்காது. பணியாளர்கள் நிர்வாகஸ்தர்களின் உறவு மேம்பாடுடையதாக இருக்கும். அதிகாரப் பங்கீட்டு முறை நிறுவனம் தனக்கு என ஒரு தனி அந்தஸ்தைப் பெறும்.

16
நேர இழப்புக்கு காரணமானவர்கள்

"காலம்" அல்லது "நேரம்" என்பது ஒரு தலையாய சொத்து. இச்சொத்தினை அநேகம் பேர் வீணாக செலவழிக்கின்றனர். சிலர் ஓரளவு வீணாக்கினாலும் பெரும்பாலும் பயன்படுத்துகிறார்கள். ஆனால் எல்லாரும் ஓரளவாவது இதனை வீணாக்கா மலிருப்பதில்லை.

நாம் வீணாக்கிய காலங்களை எல்லாம் கணக்கிட்டுப் பார்ப்போமாகின் நமது வாழ் நாளில் பல மாதங்களை இழந்து விட்டதை காணலாம். சொந்த வாழ்க்கையிலும், அலுவலகப் பணியிலும், வியாபாரத்திலும் நம் அரிய நேரங்கள் வீணாகியிருப்பதை கணக்கிட்டுப் பார்ப்போமானால் நம்மீதே நமக்கு ஒரு வெறுப்பு ஏற்பட வாய்ப்பு உண்டு. இத்தனை அரிய நேரத்தையா வீணாக்கினோம்? என்ற கேள்வி எழும். நாம் நம் பணிகளில் சிலவற்றை செய்வதற்கு சிலரை அணுகி அவர்கள் மூலம் பணியினை (Service) பெறுகிறோம். இத்தகைய வேலை செய்பவர்களை முகவர்கள் (Agents) எனக் கூறுவதுண்டு. நம் வாழ்க்கையிலும் நமது நேரம் - காலம் இழப்புக்கு சில காரணமாகின்றன. இத்தகைய கால இழப்பு நமக்கு நேரடியாகவும், மறைமுகமாகவும் அமைகின்றது. இத்தகைய காலங்கவர் திருடர்கள் எண்ணிலடங்கா. இவர்களது கூட்டத்தை வகைப்படுத்தி ஆராய்வோமானால் நாம் அந்த திருடர்களை இனம் காண்பதுடன் இத்திருடர்களை கால இழப்புக்கான முகவர்கள் என்றே அழைப்பது பொருத்தமானதாக இருக்கும். இம்முகவர்களில் சிலவற்றைப் பற்றிய குறிப்புகளை கீழே காண்போம்.

A. அதிகாரக் குவிப்பு

ஒரு பணியினை மற்றவர்கள் மூலம் செய்து முடிப்பதை மேலாண்மை (Management) என்போம். ஒருவரே ஒரு பணியினைச் செய்து முடிப்பது இதிலடங்காது. மேலாளர் என்பவர் வழிகாட்டுதல் மற்றும் நிர்வாகம் செய்பவர். மேலும் பிறரிடமிருந்து வேலையை வாங்குபவர். இவர் தாமே எல்லா வேலையையும் செய்யாது, பிறரிடம் வேலைவாங்கி, தனது மேலாண்மைத் தகுதியை மேம்பாடடையச் செய்வதுடன், தன் கீழ்ப்பணி புரியும் பணியாளர்கட்கு வேலைச் சுதந்திரம் மற்றும் தானே வேலை செய்யும் ஆற்றலை வழங்கி அதிகாரமற்ற முறையில் பணியினை செம்மைப்படுத்த வேண்டும். இவ்வாறு அதிகாரக் குவிப்பு இல்லாத நிறுவனத்தில் பணிகள் செவ்வனே நடைபெறும். தவறுகள் ஏதாவது நேரிடின், பணியாளர்களே தங்களது தவறுக்கு பொறுப்பேற்படுவதுடன் தவறுகள் மறுபடிவராமலும் பார்த்துக் கொள்வார்கள். சீராகப் பணி நடைபெற போதுமான பணிச் சுதந்திரமும் அதிகாரக் குவிப்பு இல்லாது இருப்பதும் நல்ல பணி நடைபெற ஊக்குவிப்பாக அமையும். இதனால் கால விரயம் தவிர்க்கப்படும்.

B. ஆவேசம் (Anger)

ஒருவிதமான பதற்ற நிலையில்தான் ஆவேசம் தோன்றும். இவ்விதமான ஆவேசத்தினால் செய்ய வேண்டிய பணி தடைபடுவதுடன், பணியில் சில தடுமாற்றங்கள் ஏற்படும். சாதாரணமாக நடைபெற வேண்டிய பணி முடியாது, நீடிப்பதுடன் முடிவும் கூட நல்ல படியாக அமையாது போவதற்கான சூழ்நிலை ஏற்படும். ஆவேச உணர்ச்சியை கட்டுப்படுத்த முயல வேண்டும். இச்சூழ்நிலையில் எப்பணியினையும் தொடங்காது இருப்பது நல்லது. மற்றும் ஆவேச சூழ்நிலையில் தனிமை மிகச் சிறந்தது. பொறுமையுடன் இருக்க முயற்சி செய்ய வேண்டும். ஆவேச காலமாயின் எந்தவித பணியினையும் மேற்கொள்ளாது இருப்பின் நல்லது. இது மாதிரி சமயங்களில் ஈடுபடும் பணி சரிவர நடைபெறாது என்பதுடன் தோல்வியை தழுவவும் செய்யலாம். மொத்தத்தில் கால விரயம் ஏற்படும்.

C. இரக்க சுபாவம்

இரக்க சுபாவம் என்பது ஒரு தனிப்பட்ட விஷயம். பணியினை செய்யும் போது அல்லது பணியினை பிறரிடம் ஒப்படைக்கும்போதும்

இரக்க சுபாவம் ஏற்படின் பணியில் முன்னேற்றம் ஏற்படாது. எப்போது பணியினை பிறரிடம் ஒப்படைக்கும் போது சட்ட திட்டங்களையும், கட்டுப்பாட்டையும் மீறாது கண்டிப்பாக இருக்கவேண்டும். நீங்கள் இரக்கப்பட நேர்ந்தால் பணியில் பாதகம் ஏற்படலாம். முடிவு உங்கள் மேலதிகாரி உங்கள் மீது இரக்கப்பட மாட்டார். ஒருவேளை தண்டனைக்குட்பட வேண்டியிருக்கும். மொத்தத்தில் இரக்க சுபாவம் கால விரயத்தை ஏற்படுத்தி விடும்.

D. ஈவிரக்கம்

இரக்க சுபாவம், ஈவிரக்கம் இரண்டிற்கும் சிறிது வித்தியாசமுள்ளது. ஈவிரக்கம் மனித நேய அடிப்படையில் ஏற்படுவது. எனினும் ஈவிரக்கத்தினாலும் பணிகள் நடைபெறுவதில் தாமதம் ஏற்படும். ஈவிரக்கமும் காலவிரயத்தை உண்டுபண்ணும். இந்த ஈவிரக்கத்தினால் ஏற்படும் காலதாமதப் பாதிப்பு அவரவர் மனநிலையைப் பொறுத்தது.

E. உடல் நலக்குறைவு

நமது வாழ்க்கையில் சவால் என்பது "குறியீட்டை" எட்டுவது முதலாவது இடத்தைச் சாரும். நமது காலத்தைக் கவரும் சில முகவர்களில் எதிர்பாராது வரும் நோய்க்கும் பங்குண்டு. இவ்வாறு எதிர்பாராது வரும் உடல் நலக்குறைவினால் நமது நடவடிக்கைகள் பெரிதும் பாதிக்கப்படும். நாம் திட்டமிட்டபடி பணிகளை ஆற்றமுடியாது.

உடல் நலக்குறைவினால் மனிதர்களாகப் பிறந்த அனைவரும் பெரிதும் பாதிக்கப்படுகிறார்கள். மாணவர்கள் பரீட்சை நேரத்தில் உடல் நலக்குறைவால் பாதிக்கப்பட்டால், ஓராண்டு காலம் பரீட்சை எழுதமுடியாமல் தள்ளிக்கூடப் போகலாம். தொழிலாளர்கள் எதிர்பாரா நோயினால் பாதிக்கப்பட்டால் அதுவே வாழ்க்கைப் பிரச்சினையாகிவிடும். அன்றாடக் கூலித்தொழிலாளர் உடல் நலக்குறைவால் பாதிக்கப்பட்டால் அவர்களுடைய வருவாய்க்கே ஆபத்தாகிவிடும். குடும்பத்தலைவி உடல் நலக்குறைவால் பாதிக்கப்பட்டால், குடும்பத்திலேயே அமைதி போய்விடும். குடும்பத்தலைவி செய்த வேலைகட்கு மறு ஆள் தேவைப்படும் இக்கட்டான சூழ்நிலை ஏற்படும். ஆகவே "நோய்க்கு இடங் கொடேல்" என்ற வார்த்தையை கவனித்து வாழவேண்டும். உடல் நலத்தைப் பேணிக்காப்பது நம் எல்லாரின் தலையாய

கடமையாகும். உடல் நலத்தைப் பேணுவது என்பது சிலருக்குத் தன்னலமாகத் தோன்றலாம். அப்படி எண்ணுவது முற்றிலும் தவறு. நாம் உடல் நலத்துடன் இருப்பின், குடும்பத்திலுள்ள மற்றவர்கட்கு நம்மால் பாதிப்பில்லை. நம் உடல் நலம் பாதிக்கப்பட்டால் நமக்கு சேவகம் செய்ய அடுத்தவரின் நேரம் பாதிக்கப்படுகிறது.

திட்டமிட்டு வேலை செய்வதுடன், போதிய ஓய்வும், சத்தான உணவும், உடலுக்குத் தேவையான உடற்பயிற்சியும் செய்து, மனத்தளவில் சுறுசுறுப்புடன் வேலை செய்து, நம் நேரத்தை வீணடிக்காது இருப்பின் நாம் நேரத்தை விரயமாக்காதவர்களாவோம். உடல் நலத்தைப் பேணிக் காப்போர் உலகில் நேரத்தையும் காத்தவர்களாவார்கள்.

F. எதிர்பாரா நிகழ்வுகள்

இதற்கு விளக்கம் தேவை இல்லை. நாம் எவ்வளவு திட்டம் போட்டு வேலை செய்பவராக இருந்தாலும், எவ்வளவு வசதிகள் இருந்தாலும் நம்மாலும் சில சமயங்களில் நம் பணிகளை சீராக உரிய காலத்தில் செய்ய முடியாமல் போகலாம். சில சமயங்களில் கால தாமதம் ஏற்படலாம். எதிர்பாரா நிகழ்வுகளால் பாதிப்பு காலதாமதம், நஷ்டம், தோல்வி என விளைவுகள் ஏற்படலாம். எதிர்பாரா நிகழ்வுகள் சிலவற்றை நாம் முன் கூட்டியே எதிர்பார்க்கலாம். ஆகவே வாழ்வில், அன்றாட காரியங்களில், விழாக்களில் பயணங்களில் என்னென்ன எதிர்பாரா விளைவுகள் ஏற்படலாம் என்பதை தீர்மானித்து, அப்படி எதிர்பாரா நிகழ்வுகள் ஏற்பட்டால் அதை எவ்வாறு எதிர்கொள்வது என்பதற்கும் நாம் முன் கூட்டியே தீர்மானித்து அதை சமாளிக்கும் பணியிலும் நம்மைத் தயார் செய்துகொள்ளவேண்டும்.

எதிர்பாரா நிகழ்வுகளையும் நாம் எதிர்பார்க்கக் கற்றுக்கொள்ள வேண்டும். நம் அன்றாட வாழ்வில் போக்குவரத்து பாதிப்பு நாம் கண்டுவரும் நிகழ்ச்சி இதற்குக் காரணம் பல ஒன்று போக்குவரத்து. வானிலை மாற்றங்கள், பேருந்து பயணத்தில் பேருந்துக்கு ஏற்படும் இயந்திரக் கோளாறு, திடீர் ஸ்டிரைக், சாலை மறியல், ஊரடங்குச் சட்டம், திடீர் கடையடைப்பு, எதிர்பாரா விபத்து, எதிர்பாராது உறவினர்களின் உடல்நிலை பாதிப்பு, உறவினர்களின் மரணச் செய்தி மற்றும் இதுபோன்ற தகவல்கள்,

இதுபோன்ற எதிர்பாரா நிகழ்வுகளின் போது நாம், நம் விலை மதிக்க முடியாத நேரத்தை எவ்வாறு, எப்படி பயனுள்ள வகையில் செலவழிப்பது என்று சிந்தித்து செயல்படவேண்டும்.

ஒவ்வொரு விதமான எதிர்பாரா நிகழ்வுக்கும் நாம் வெவ்வேறு விதமான வழிகளைப் பயன்படுத்தவேண்டும். வழிமுறைகள் சிலவற்றைப் பார்ப்போம். பயணத்தின்போது கையில் நூல்கள் இருந்தால் படிப்பதில் செலவிடலாம். மேலும் பயணம் பாதிக்கப்பட்ட ஊரில் நம் நண்பர்கள், உறவினர்கள் இருந்தால் அங்கு சென்று அவர்களைப் பார்த்துப் பேசி, உறவு முறைகளைப் புதுப்பிக்கலாம். தொலைபேசியின் உதவியால் நமது பணிகள் சிலவற்றைச் செய்யச் சொல்லி குடும்பத்தாரிடம் பேசலாம். நேரத்தைப் பயன்படுத்தும் சில சிந்தனைகளில் கவனம் செலுத்தி நீண்டகாலப் பிரச்சினைகளுக்கு முடிவு காணலாம்.

எதிர்பாரா நிகழ்வுகளினை சந்திக்க நாம் எப்போதும் தயாராக இருக்க வேண்டும். இதனால் நாம் நேரத்தை வீணாக்காது சேமிக்கலாம். மின் தடை வருவதை சமாளிக்க முதலிலேயே தயாராக இருந்தால் மாற்று வழிமுறைகளைக் கையாளலாம். ஒரு தேர்வுக்கு படிக்கும் சமயத்தில் மின் தடை ஏற்படும் என்று தெரிந்தால் மாற்று வழிகளைத் தயாராய் வைத்திருப்பது நல்லது. பரீட்சை எழுதப்போகும் போது கை கடிகாரம், இரண்டு பேனாக்கள், அடிக்குச்சி, பென்சில், அழிக்கும் இரப்பர் என தயார் நிலையில் செல்வது நல்லது. பேனா உடைதல் மற்றும் சரியான நேரக் கணிப்பு போன்ற சிக்கலில் இருந்து விடுபட்டு, நேரத்தைச் சேமித்து தேர்வை நல்ல முறையில் எழுத முன்னேற்பாடுடன் செல்வது நல்லது.

இதுபோன்று அரசு மற்றும் தனியார் மருத்துவமனையில் அவசரகாலப் பிரிவு ஒன்று இருக்கும். இந்த அவசர காலப்பிரிவில் எப்போதும் டாக்டர்கள், நர்சுகள் மற்றும் பணியாளர்கள் எப்போதும் தயாராக இருப்பார்கள். எந்தவிதமான எதிர்பாராத சந்தர்ப்பத்தையும் எடுத்தாள அங்கு தயார் நிலையில் இருப்பதுவே எதிர்பாரா நிகழ்வுகளுக்கு உதாரணம். எந்தவிதமான எதிர்பாரா நிகழ்ச்சிகளையும் சந்தித்து, எதிர்கொள்ள, சமாளிக்க நமக்கு முன்கூட்டிய சிந்தனை இருந்தால் காலச் சேமிப்பும், பொருள் இழப்பும் ஏற்படாமல் இருக்க வாய்ப்பு உண்டு.

எதிர்பாரா நிகழ்வுகளை எதிர்கொள்வதில் நாம் சிரத்தை எடுத்து முன் கூட்டியே தயார்நிலையில் இருப்பின் காலத்தையும் பொருளையும் சேமிக்கலாம்.

G. ஒருங்கிணைப்பின்மை

எந்த நிறுவனமானாலும் அதிலுள்ள ஒவ்வொரு துறையும் ஒன்று சேர்ந்து நிறுவனத்தின் வெற்றிக்காகப் பாடுபட வேண்டும். இவ்வாறு அங்குள்ள துறைகளில் ஒருங்கிணைப்பு இல்லையாயின் நிறுவனம் நல்லபடியாக செயல்படாது, வீண் விரயம் ஏற்படுவதுடன் மனித உழைப்பு அதாவது மனித நேரமும் பாதிக்கப்படும்.

ஒருங்கிணைப்பு என்ற சக்தி வாய்ந்த ஒழுக்கக் கொள்கை இல்லாத நிறுவனங்கள் திறம்பட செயல்பட முடியாது. இந்த நிறுவனம் பழி சுமக்க நேரிடும் காலம் வீணாவதுடன் திறமையான பணியாளர்கள் செயலற்றுப் போவார்கள். எந்த நிறுவனத்தில் வேறுபட்ட நடவடிக்கைகள் தொடரத் தொடங்குகின்றனவோ அங்கெல்லாம் ஒருங்கிணைப்பாளர் செயலாற்றுவது அவசியமாகும். ஒவ்வொரு மேற்பார்வையாளரின் அன்றாட அலுவலே ஒருங்கிணைப்புத்தான். விமானக் கூடங்களில் பல்வேறு நாட்டிலிருந்து வரும் விமானங்கள் பல திசைகளிலிருந்தும் வந்து செல்கின்றன. எந்த விமானம் எந்த ஒரு பாதையில் வரவேண்டுமென்பதை தீர்மானிப்பது இங்குள்ள அலுவலரின் முக்கிய பணியாகும். இதை ஓர் ஒருங்கிணைப்பாளர்தான் இயக்குகிறார்.

மேலும் தொடர் வண்டிச் சந்திப்பில் இதைப் பார்க்கலாம். பல திசைகளிலிருந்தும் பல்வேறு வண்டிகள் குறிப்பிட்ட நேரத்தில், சில சமயங்களில் ஒரே நேரத்தில் நிலையத்திற்குள் வந்து சேரவேண்டும். அதே சமயம் சில வண்டிகள் வெளியேற வேண்டும். இதையெல்லாம் நிலையக் கண்காணிப்பாளர் முடிவு செய்து தொடர் வண்டிப் போக்குவரத்தை ஒழுங்குப் படுத்துகிறார். ஒருங்கிணைப்பு என்பதற்கு இதை விடச் சிறந்த உதாரணம் வேண்டுமா? சில சமயங்களில் சர்க்கஸில் கூட இதைப்பார்க்கலாம். உயரத்தில் பார் ஆடிக்கொண்டிருப்பவர்கள் ஒரு பாரிலிருந்து கண் இமைக்கும் நேரத்தில் எதிரே வரும் அடுத்த பாருக்கு தாங்களும் மாறவேண்டும் அடுத்த பாரிலிருந்து வருபவருக்கு தானும் இடம் கொடுக்கவேண்டும். இதையெல்லாம் ஒருங்கிணைப்பாளரின் சைகை மூலமே நடைபெறுகின்றது. இவ்வாறு ஒருங்கிணைப்பாளர்களின் திறமையை பலவாறு சுட்டிக் காட்டலாம். இத்தகைய

ஒருங்கிணைப்பு காலத்தையும் நேரத்தையும் மிச்சப்படுத்துவதுடன் பொருட்சேதம், உயிர்ச்சேதங்களும் ஏற்படாமல் பாதுகாக்கின்றது.

பல நிறுவனங்கள், தொழிற் சாலைகள் பொதுவாக நகரத்தை விட்டு பல கிலோ மீட்டர் தூரத்தில் இருக்கும். தொழிற்சாலையில் உள்ள பல்வேறு துறைக்கும் நகரத்தில் உள்ள அலுவலகங்களிலும் வியாபார நிறுவனங்களிலும், அஞ்சல் அலுவலகங்களிலும் வங்கிகளிலும் பணிகள் இருக்கும். இங்கு ஒருங்கிணைப்பு சரியாக இருந்தால் நகரத்தில் உள்ள அலுவலகங்கட்கு பல்வேறு துறை பணியாளர்கள் சென்றுவர ஓரிரண்டு ஊர்திகளே போதுமானது. சரியான ஒருங்கிணைப்பாளர் இருந்தால் இது சாத்தியமே. இல்லையெனில் துறைக்கு ஒன்றாக சுமார் பத்து, பன்னிரண்டு ஊர்திகளை பயன்படுத்த வேண்டியது வரும். இதனால் மிகுந்த பணச்செலவு மற்றும் காலவிரயமும் ஆகும்.

இதனால் நாம் அறிவது ஒரு நிறுவனத்தின் பல்வேறு பணிகளையும் ஒருங்கிணைத்தால் விரைந்து செயல்படலாம். நிறுவனத்தின் குறிக்கோளும் நிறைவேறும். ஒருங்கிணைப்பை ஒழுங்காக நிர்வாகம் செய்யும் நிறுவனத்தின் நேரம் பொன் போன்றதாகும்.

H. கவனக்குறைவு

கவனக்குறைவுக்கு அடிப்படை ஈடுபாடின்மைதான். கவனக்குறைவு என்பது நமது காலத்தையும் மற்றும் பொருளையும் வீணாக்குகிறது. மறதிக்குக் காரணமும் கவனக்குறைதான். மனதை ஒருமுகப்படுத்தி பணியில் கவனம் செலுத்தினால் நேரம் மட்டுமல்ல நமது பணமும் நமக்கு மிச்சமே. ஈடுபாடின்றி ஒரு பணியைத் தொடங்குவோமானால் நமது கவனமும் சிதறிப்போக வாய்ப்பு உண்டு. இவ்வாறு கவனம் சிதறும்போது தவறுகள் நேரவாய்ப்பு உண்டு. இதிலிருந்து நாம் அறிவது மனம் ஒருமுகப்பட்டு, ஆற்றலை ஒன்று திரட்டி எப்பணியில் இறங்கினாலும் கவனக்குறைவு ஏற்படாது. காலம் வீணாகாது. பொருளும் மிச்சமாகும்.

கவனக்குறைவு, இதைக் களைந்தெறிய என்ன செய்ய வேண்டும். ஈடுபாட்டோடு செய்யும் பணியில் தவறுகள் நேருவதில்லை. கவனக்குறைவுக்கு இன்னும் சில காரணங்கள் உள்ளன அவை

முறையே அவரவர் மனப்பாங்கு, மகிழ்ச்சி மற்றும் கவலையும் கூட கவனக்குறைவை உண்டுபண்ணும். மகிழ்ச்சியும், கவலையும் நமது பணியில் குறுக்கிடா வண்ணம் மனத்தை ஒருமுகப்படுத்த வேண்டும். எந்தவொரு வேலையிலும் கவனச் சிதறல் ஏற்படக்கூடாது. நமது அனுபவத்தில் கை, கால்களை இழந்தவர்களைப் பார்த்திருக்கிறோம். இந்த மாதிரி குறைகள் உள்ளவர்களை ஆராய்ந்து பார்த்ததில் பெரும்பாலோர் கவனக்குறைவினால் பட்ட துன்பமே என்பது புலப்படும். நான் கேள்விப்பட்ட செய்திகளில் சிலவற்றை இங்கு வலியுறுத்த விரும்புகிறேன். பெரும்பாலான பேருந்து விபத்துகள், ஓட்டுனர்களின் கவனக்குறைவால்தான். இதேபோல் தொடர் வண்டிகள் நேருக்கு நேர் மோதுவதும் தொடர்வண்டி நிலைய இயக்குனர்களின் கவனக்குறைவால்தான். சில சமயம் வானிலேயே நேருக்கு நேர் மோதிய வானவூர்திகள் சம்பவமும் கவனக்குறைவால்தான். இயந்திரக் கோளாறுகளால் பழுதாகி விபத்துக்குள்ளாகும் ஊர்திகட்கு இணையாக கவனக்குறைவாலும் விபத்துக்குள்ளாகும் ஊர்திகளும் ஏராளம். இதனால் ஏற்படும் நஷ்டங்களும், காலங்களின் விரயமும் கணக்கிலடங்கா.

எங்கெல்லாம் விபத்துகள் நடக்கின்றனவோ அவற்றையெல்லாம் ஆராய்ந்து பார்த்தோமானால், எல்லா விபத்துகளுக்கும் அடிப்படைக் காரணம் கவனக்குறைவுதான். இந்த கவனக்குறைவினால் ஏற்படும் இறப்புகள் எல்லாம் சரிக்கட்ட முடியாத அளவிற்குக் கூட இருக்கும். மனிதர்கள் தங்களது பணிகளை சீராகவும், செம்மையாகவும் செய்ய முற்பட்டால் விபத்துக்கள் குறைவதுடன், மனித நேரமும், காலமும், பொருள் நஷ்டமும் தவிர்க்கப்படும். இன்னும் சொல்லப்போனால் கவனக்குறைவு இல்லாமல் பராமரிக்கப்படும். இயந்திரங்களும் பழுதில்லாமல் வேலை செய்யும். எதிர்பாரா விபத்துக்களைத் தவிர்க்கலாம். ஆகவே தொழிற்சாலைகளில் சுமூகமான உறவு நிலை நீடிக்க வேண்டும். கவனக்குறைவு என்ற வார்த்தைக்கு இடமில்லாது செய்யவேண்டும்.

கவனக்குறைவினால் எத்தனை வீடுகளில் கலவரங்கள் ஏற்படுகிறது. வீட்டுத் தலைவி தனது நகைகளை எங்கேயோ கழற்றிவைத்துவிட்டு, காணவில்லை என்று தேடி, வீட்டில் எத்தனை அமைதியின்மை ஏற்பட்டுள்ளதை நாம் பார்த்திருக்கிறோம். முடிவில் நகைகள் சாதாரணமாக சிறு பெட்டிக்கு அருகில்

இருப்பதை கண்டபோது, கலவரத்தின் அற்பத்தனமான கவனக்குறைவு மனத்தில் சஞ்சலத்தை உண்டு பண்ணுகிறது. தேவையற்ற மனக்கஷ்டமும், வீட்டிலுள்ளோரின் மனக்கசப்பும், விரயமான நேரமும்தான் கடைசி முடிவாகிறது. எத்தனையோ வீடுகளில் மின்சார விளக்குகள் மின் விசிறிகள் வேலை செய்து வீணாக மின்சாரம் செலவழிவதும் கவனக்குறைவினால்தான். கவனக்குறைவு என்பது தற்காலத்தால் சாதாரண ஒரு நிகழ்ச்சியாகிவிட்டது. ஆனால் இதன் விளைவும், பாதகமும், விரயமும், மனவருத்தமும் ஈடு செய்ய முடியாத நிலையை சில சமயங்களில் எட்டி விடுகிறது.

கவனக்குறைவிற்கு ஈடுபாடின்மை என்பது ஒரு காரணம் என்பதை ஏற்கெனவே பார்த்தோம். சில சமயங்களில் ஆர்வத்தின் காரணமாகவும், கட்டாயத்தின் காரணமாகவும் ஒரே நேரத்தில் பல அலுவல்களில் ஈடுபடுவது மற்றுமொரு காரணமாகும். இதனால் எக்காரணத்தைக் கொண்டும், எந்தவிதமான முழுபலனும் ஏற்படாது. அதாவது ஈடுபட்ட பல அலுவல்களும் அரை குறையாக முடியும். இவ்வாறு அரைகுறையாக முடிவதால் நஷ்டம் பெரிதாவதுடன், எல்லாக் காரியங்களையும் பழையபடி முதலிலிருந்து ஆரம்பித்து, மறுபடியும் செய்து முடிக்க வேண்டிய அவசியமும், கால விரயமும், பொருள் விரயமும், மனச் சோர்வும், மேலதிகாரிகளின் மனதில் ஓர் அவநம்பிக்கையும் ஏற்படுவதுண்டு.

இனி நாம் இளைய தலைமுறையினர் பக்கம் சிறிது பார்ப்போம். கவனக்குறைவினால் பாதிக்கப்படுபவர்களில் மாணவர்களின் பங்கும் அதிகம். வகுப்பறையில் ஆசிரியர் பாடம் கற்றுத்தரும் போது மனதைச் சிதறவிட்டு, பாடங்களை கவனத்தில் கொள்ளாத மாணவர்களின் நிலை என்ன? பாடங்கள் மனதில் பதியாததுடன், பரீட்சையில் தேர்வு பெறாமல் போகிறார்கள். இவ்வாறு நிலை இருப்பின் தேர்வின் முடிவு பாதகமாக முடியும். பாதகமான முடிவின் விளைவு, படித்த காலத்தை வீணாகக் கழித்ததுடன் வருடமும் வீணாகி, செலவழித்த பணமும் வீணாகி, பாடம் கற்றுத் தந்த ஆசிரியருக்கும் கெட்ட பெயரை வாங்கிக் கொடுத்து, பணம் செலவழித்து அன்பு காட்டிய பெற்றோரின் வெறுப்புக்கும் ஆளாக வேண்டியுள்ளது. இத்துடன் முடிந்ததா? மறுபடியும் அப்பாடங்களைப் படிக்க வேண்டிய தண்டனைக்கும் உள்ளாகிறார்கள். இந்த கவனக் குறைவினால் சிலர் வீணான முடிவெடுத்து, படிக்க வேண்டிய காலத்தை வெறுத்து பள்ளியை

விட்டே ஒதுங்கி விடுகிறார்கள். கல்வியின் பயனை கைகழுவும் அவலநிலையை சிலர் அடைகிறார்கள். சில மாணவர்கள் வாழ்க்கையில் வெறுப்பு ஏற்பட்டு, வாழ்வை முடித்துக் கொள்ளக் கூடமுயல்கிறார்கள். இதையெல்லாம் முதலிலேயே தவிர்த்திருந்தால் இத்தகைய முடிவுக்கு வரவேண்டிய நிலை வந்திருக்காது.

கவனக்குறைவு உடையவர்கள் தங்கள் பணிகளில் வெற்றி பெறமுடியாது என்பதற்கு பல உண்மைத் தகவல்களைப் பார்த்தோம். மேலும் சில தகவல்கள் தரும் உண்மைகளைத் தெரிவோம். வாழ்க்கையில் சிறுசிறு பணிகள் செய்பவர் முதல் பெரிய பெரிய பணிகள் செய்வோர் வரை கவனம் மிகவும் அவசியம். ஒரு சுருக்கெழுத்தாளருக்குக் கவனம் தன் குறிப்பெடுக்கும் தொழிலில் இருக்க வேண்டும். குறிப்பெடுக்கும் போது கவனத்தைத் தவறவிட்டால், குறிப்பின் முழுமையை அவர் அதிகாரியிடம் தெரிவிக்க முடியாது பணியினை இழக்க நேரிடும். நுண்கலையில் ஈடுபட்டவர் கவனத்தைச் சிதறவிட்டால், குறிப்பின் முழுமையை அவர் அதிகாரியிடம் தெரிவிக்க முடியாது பணியினை இழக்க நேரிடும். நுண் கலையில் ஈடுபட்டவர் கவனத்தைச் சிதறவிட்டால் யானை செதுக்கவேண்டியவர் பூனை போன்ற சிற்பத்தை செய்து விடுவார். காலவிரயம், பொருள் விரயம் மட்டுமல்ல பிறரின் ஏளனத்துக்கும் உள்ளாகும் நிலையை உருவாக்குவதும் இக்கவனக்குறைவே. இனி இவ்வாறான நிலைக்குக் காரணம் என்ன என்று ஆராயும் நிலையில் பங்கு கொள்வோம்.

பணிமனைகளிலும், பள்ளிகளிலும், கல்லூரிகளிலும், வீட்டிலும், அலுவலகங்களிலும், பொது இடங்களிலும் கவனக்குறைவுக்கு ஒரு காரணம் அமைதியில்லாத சூழலாகும். அடுத்து உள்ள இடங்களிலும் பக்கத்து அறைகளிலும், தெருக்களிலும், மண்டபங்களிலும் தேவையில்லாத சத்தங்களும் பணிகளில் கவனம் செலுத்துவோரை அலைபாயச் செய்கிறது. வகுப்பறைகளில் கூட ஆசிரியர் இல்லையெனில் மாணவர்கள் எழுப்பும் குரல், பக்கத்து வகுப்பறையில் பாடம் நடத்தும் ஆசிரியரையும், பயிலும் மாணவர்களின் கவனத்தையும் சிதைக்கும்.

இவ்வாறான சூழ்நிலை அமைதியைக் குலைத்து பணி செய்வோரின் ஒருமித்த கவனத்தை சிதறடிக்கும். எனவே எங்கும் எதிலும் கூடியமட்டும் அமைதி காக்கும் போக்கை கடைப்பிடித்தல்

நல்லது. இதுபோன்று கவனக்குறைவுக்கு என்னென்ன அடிப்படை காரணங்கள் என அடையாளம் கண்டு கொள்வதுடன் அவற்றை எப்படியெல்லாம் தவிர்ப்பது என்று முயலவேண்டும். கவனக்குறைவு என்ற தூர்வாசத்தை நம்மிடமிருந்து நீக்கி காலத்தையும் பொருளையும் சேமிப்பதில் கவனம் வேண்டும்.

I. கட்டுப்பாடின்மை

கட்டுப்பாடு என்பதை நாம் நன்றாகப் புரிந்துகொள்ள வேண்டும். நல்ல காரியங்கள், பணிகள் செய்ய நம்மை நாமே கட்டுப்படுத்திக்கொள்ள வேண்டும். கட்டுப்பாடு என்பது நாம் விரும்பினாலும், விரும்பாவிட்டாலும் மிகவும் தேவையான ஒன்றாகும். கட்டுப்பாடு என்று சொன்னால் ஓர் அதிகார வார்த்தை என்று சிலர் நினைப்பதுண்டு. இது தவறான எண்ணமாகும். ஒரு திட்டம் அல்லது பணி செய்ய முற்படும்போது, தீட்டிய திட்டங்கள், எண்ணிய எண்ணங்கள் ஒழுங்காக நிறைவேற்றப் படுகின்றனவா? என்றும் எதிர்பார்த்த முடிவுகள் கிடைக்கிறதா? என்றும் கண்காணிப்பதையே "கட்டுப்பாடு" என்ற கண்டிப்பான சொல்லால் வலியுறுத்துகின்றோம். எல்லாக் காரியங்களுக்கும், செயல்பாட்டை நிறைவேற்றுவதற்கும் ஒரு சட்டம், அல்லது ஒழுங்கு அல்லது நியதி என்பது தேவை.

நாம் வீதியில் நடந்து செல்லும் போதும், வாகனங்களை ஓட்டிச் செல்லும் போதும், பொது இடங்களில் நின்று பேச முற்படும்போதும், பேருந்து நிலையம் தொடர்வண்டி நிலையங்களில் பயணம் செய்ய பயணச்சீட்டு பெற நிற்கும்போதும், திரையரங்குகளில் சினிமா பார்க்க நுழைவுச் சீட்டு பெறும் போதும் நாம் எப்படியெல்லாம் நடந்துகொள்ளவேண்டும் என்று ஒரு கொள்கை, விதி, திட்டம், ஒழுங்கு, நியாயம் என்று வழக்கில் உள்ளது. இதையே கட்டுப்பாடு என்கிறோம். இந்த நியதிக்கு உட்படாமல்தான் தோன்றித் தனமாக இயங்குவதையே "கட்டுப்பாடின்மை" என்கிறோம்.

சாலையில் இடது பக்கம் செல்ல வேண்டும். ஓரமாக செல்ல வேண்டும் என்பது ஓர் ஒழுங்கின்பால் அமைந்த கட்டுப்பாடு. இவ்வாறு இல்லாது ஒழுங்கை மீறுபவர்கட்கு தண்டனை என்று யாரும் தருவது கிடையாது. அதே சமயம் கட்டுப்பாட்டினை மீறி

தாறுமாறாக நடப்பவர்கள் ஒருவர் மீது ஒருவர்மோதிக்கொள்ளவும் வாய்ப்பு உள்ளது. இதுபோல் எந்த ஊர்திகளும் எப்படி வேண்டுமானாலும் செல்லலாம் என்று ஊர்தி ஓட்டுனர்கள் தங்கள் இஷ்டம்போல் செயல்பட்டால் ஒன்றுக்கொன்று மோதி பெருத்த உயிர்ச்சேதமும், பொருள் சேதமும் காலம் என்ற உயிரும் கடந்து செல்லும். கட்டுப்பாடு என்பது ஒரு தேவையான வாழ்க்கை முறை. கட்டுப்பாடின்மை ஒரு தண்டனைக்குரிய தவறு என்பதை ஒவ்வொருவரும் உணரவேண்டும்.

தொழிற்சாலைகளில் உற்பத்தியாகும் பொருட்கள் தரமாக இருக்கவேண்டும். நவீன காலத்தில் தரக்கட்டுப்பாட்டினையும் ஒவ்வொரு உற்பத்திப் பொருட்களும் எவ்வாறு இருக்கவேண்டும் என்ற அடிப்படை அறிவை மக்கள் புரிந்துகொண்டுள்ளார்கள். ஆகவே பொருட்களை உற்பத்தி செய்யும் தொழிற்சாலைகள் பொருள் எந்த அளவு தரமானதாக இருக்கவேண்டும் என்று திட்டமிடுகிறார்கள். இந்த தரத்தை தொடர்ந்து செய்ய வேண்டியது தொழிற்சாலையின் உற்பத்திப் பிரிவைச் சார்ந்தவர்கள். இதை நிர்வாகத்திலுள்ள மேல் நிலை அதிகாரிகள் கண்காணித்து தரக்கட்டுப்பாட்டை தொடர்ந்து நீடிக்க வைக்கவேண்டும். இதனால் தொழிற்சாலையின் புகழ் பெருகும், உற்பத்தியான பொருட்களுக்கு சந்தையில் வரவேற்பிருக்கும். நிர்வாகமும் திறம்பட செயல்படும். இதிலிருந்து தரக்கட்டுப்பாட்டின் மேன்மையை உணரலாம்.

நான் படித்த பள்ளியில் எங்களது தலைமையாசிரியர் பள்ளியின் வாயிலில் பள்ளி தொடங்கும் காலை 9.30 மணிக்கு வந்து விடுவார். அப்படி வருவதால் பள்ளி மாணவர்களோ, ஆசிரியர்களோ தாமதமாக வருவதில்லை. இதனால் அறிவது அனைவரும் கட்டுப்பாட்டிற்கு உட்படுவதை அறியலாம். இந்த படிப்பினை கட்டுப்பாடின்மையைத் தவிர்க்க வழி கோலுகிறது.

J. கருத்து வேறுபாடுகள்

கருத்து வேறுபாடுகள் இல்லாத இடமே கிடையாது என்பது எல்லாரும் அறிந்த உண்மை. வீடு, அலுவலகம், தொழிற்சாலை, சமுகக்கூடங்கள், கூட்டங்கள், விவாதமேடைகள், அறிவியல் ஆராய்ச்சி நிலையங்கள், கற்றறிந்த பெரியோர்கள் அரசியல் கட்சித் தலைவர்கள் கூட்டங்கள் என கருத்துவேறுபாடுகள் தோன்றுமிடங்களை அடுக்கிக்கொண்டே போகலாம். இரண்டு

தொழில் வல்லுனர்களையோ, இரண்டு மருத்துவர்களையோ, இரண்டு பொறியாளர்களையோ, இரண்டு வழக்கறிஞர்களையோ, இரண்டு தொழிலாளர்களையோ அணுகி அவர்களிடம் தனித்தனியே அவரவர்களது துறையில் ஓர் ஆலோசனை கேட்டால் அவர்கள் கொடுக்கும் தகவல்கள் கருத்துகள் ஒருவருக்கொருவர் முற்றிலும் மாறுபாடுடையதாக இருக்கும். இதற்கெல்லாம் காரணம் முக்கியமாக தொழில் முறைப்போட்டியே. சிலரின் கருத்து தங்களது கர்வத்தின் அடிப்படையில் கூட அமையலாம். இத்தகைய கருத்து வேறுபாடுகளினால் நேரம் வீணாவதுடன் தேவை இல்லாத சர்ச்சைக்கும் வழிகோலும்.

கருத்து வேறுபாடுகள் தோன்றக் காரணம், ஒருவர் புரிந்த அளவு மற்றவர் புரியாத காரணமாக இருக்கலாம். சிலரால் விளைவுகளைப் புரிந்து கொள்ளும் அளவுக்குக் காரணங்களைப் புரிந்துகொள்ள முடியாததும் காரணமாக இருக்கலாம். மற்றும் கருத்துத் தெளிவு இல்லாமையும் ஒரு காரணமாய் இருக்கலாம். சரியான தகவல் தொடர்பு இல்லாததும் ஒரு காரணமாய் இருக்கலாம். சிலருக்கு விருப்பு, வெறுப்பு இருக்காது. இவர்களது அணுகுமுறை முற்றிலும் வேறுபாடாக அமையும். ஆனால் பெரும்பாலானோர் விருப்பு, வெறுப்புக்கு ஆட்பட்டவர்கள். சிலருக்கு ஒருவகைப்பட்ட மனிதர்களைக் கண்டால் வெறுப்படைவர். அதற்கு அவர்களே கூறும் காரணம் அவரை கண்டாலே எனக்குப் பிடிக்கவில்லை. ஆனால் காரணம் சொல்லத் தெரியவில்லை என்பார்கள். ஒரு சிலருக்கு அடுத்த வரைப் பிடித்திருக்கலாம். ஆனால் அவர் கருத்தை ஏற்கத் தயங்குவார்கள்.

எது எப்படி இருந்தாலும், மேல் நிலையில் உள்ளவர்கள் ஒவ்வொருவர் கூறும் கருத்துகளைச் சீர்தூக்கி ஆராய்ந்து நல்ல கருத்துகளுக்குத்தான் மதிப்பளிக்க வேண்டும். மேல் பொறுப்பிலுள்ளவர்கள் பண்புடைய நிலையில் எவரின் ஆலோசனைகளையும் சீர்தூக்கிப் பார்க்க வேண்டும். இவ்வாறு செய்வதால் கீழ் மட்டத்திலுள்ளவர்களின் ஒழுக்கம் கட்டுப்படுத்துவதுடன் குழுவொழுக்கமும் பாதுகாப்புடனேயிருக்கும். கருத்து வேறுபாடுகள் அகலவும், குறிக்கோளை நோக்கிச் செயற்பாடுகளை இயக்கவும் நடுவு நிலைமையிலும், மனித உறவுகளிலும் கவனம் செலுத்தவேண்டும். கருத்து வேறுபாடுகள் என்பது களையப்படவேண்டியதல்ல. இவர்களையும் சாந்தப்படுத்தி

கருத்துக்கு ஏற்புடையவராக மாற்ற முயற்சிப்பது நிறுவனங்களின் தலையாய கடமை. கருத்து வேறுபாடுகள் இல்லாத நிறுவனம் செழித்து வளர வாய்ப்புகள் அதிகம்.

மனித உறவுகள் வளர்க்கப்படவேண்டும். மனித உறவுகள் வளர மன மகிழ் மன்றங்கள், பொழுதுபோக்கு அமைப்புகள், விளையாட்டுக் குழுக்கள் போன்ற அமைப்பு மனித உறவுகளை பலப்படுத்தும். சிறுசிறு கருத்துவேறுபாடுகள் இருப்பினும் குழு ஒழுக்கம் அவர்களிடையே போற்றிப் பாதுகாக்கப்படும். ஒருவருக்கொருவர் அன்புகொள்ளவும் இதுபோன்ற மனமகிழ் மன்றங்கள், வாசகர் குழு உதவும். எந்த நிறுவனத்தில் எல்லாருக்குமே சம வாய்ப்பும், சமமான மரியாதையும் கிடைக்கின்றதோ, அங்கு கருத்து வேறுபாடுகள் இல்லாது போகும்.

K. குறிக்கோள் இன்மை

"ஒரு தனிமனிதனின் முன்னேற்றத்திற்கும், உயர்வுக்கும் அடிப்படை எண்ணம் அவன் சாதிக்க நினைக்கும் குறிக்கோள் மற்றும் அவன் அடைய நினைக்கும் இலக்குகளே".

குறிக்கோள் என்பது அவசியம். குறிக்கோள் என்பது நீண்டதாகவும் இருக்கலாம். குறுகியதாகவும் இருக்கலாம். குறிக்கோளின் தன்மையைப் பொறுத்து அதற்குக் கால வரையறை செய்ய முடியும். பின்னர் குறிக்கோளின் தன்மையைப் பொறுத்து நம் செயல்களை ஆரம்பிக்கலாம். அப்படி ஆரம்பிப்பதால் அதன் உத்தேச காலத்தை நிர்ணயித்து, காலம் வீணாகாது செயல்பட முடியும். குறிக்கோள் இல்லாது செய்யும் செயல்கள் எல்லாம் விழலுக்கு இறைத்த நீருக்கு ஒப்பாகும். குறிக்கோள் இல்லாது இருப்பது பிறந்தும் பிறவாமைக்கு ஒப்பாகும்.

குறிக்கோள் என்பது ஒவ்வொரு மனிதனுக்கும் ஏற்படவேண்டிய உந்துதல். இதற்கு முதலில் நமது கடந்த கால வாழ்க்கையை ஆராய வேண்டும். இவ்வாராய்ச்சியின் பயன், நாம் என்னென்ன சாதனைகள் செய்துள்ளோம் என்பதே. சிலரது வாழ்வில் சாதனைகள் கேள்விக்குறியாகவும், சிலரது வாழ்வில் சாதனைகள் ஆச்சரியக் குறியாகவும் இருக்கலாம். கேள்விக்குறியாக இருந்தவர் ஆச்சரியக்குறியாக மாறவேண்டும் என்பதனை விளக்குவதே "குறிக்கோள்". குறிக்கோள் இன்றி வாழ்ந்த வாழ்க்கை வெறும் வாழ்க்கையாகும். வாழ்க்கையில் குறிக்கோள் வேண்டும்.

குறிக்கோளை நோக்கி, நம் சிந்தனை, செயல் எல்லாவற்றையும் செலுத்தவேண்டும். குறிக்கோள் இருப்பின், அதனது தன்மையைப் பொறுத்து, அதற்கு கால இலக்கு வரையறை செய்ய முடியும். இவ்வாறு கால வரையறை செய்தபின் நம் முயற்சிகளை மேற்கொண்டால் அப்போது காலம் வீணாகாது. குறிக்கோளன்றி முயன்ற அனைத்து முயற்சியும் வீணே. அதற்காக செலவிட்ட காலமும் வீணே. எனவே குறிக்கோள் இல்லாது இருப்பதும் காலத்தை வீணாகக் கழித்தவர்களுக்கு ஒப்பாகும்.

அரசு தனது திட்டங்களை நிறைவேற்ற பல்வேறு திட்டங்களைத் தீட்டுகின்றன. இந்தியாவைப் பொறுத்த வரையில் அவைகள் எல்லாமே 5 ஆண்டுத் திட்டங்களில் அடங்கிவிடும். இதுவரை பல எண்ணிக்கையில் 5 ஆண்டுத் திட்டங்கள் வரையப்பட்டு, அது பரிசீலிக்கப்பட்டு அதன் சாதனைகளும் கணக்கிடப்பட்டுள்ளன.

இதுபோன்றே நமது சொந்த வாழ்க்கையிலும் இலக்குடன் கூடிய குறிக்கோள் அவசியம். தனது ஆயுட்காலத்தில் எந்த துறைக்குப் பணிக்கு வருவேன், எத்தனை உயர் பதவிகளை அடைவேன், என்னென்ன சாதனைகளைப் படைப்பேன் என்பது போன்ற குறிக்கோளுடன் கலந்த இலக்கை எண்ணி, செயல்படுவது அவசியம். ஒவ்வொருநாளும் நாம் உற்சாகத்துடன் பணி செய்து நமது குறிக்கோளை நிறைவேற்ற வேண்டும். இடையில் தொய்வு ஏற்பட்டாலும் மீண்டும் முயன்று இலக்கை வைத்துக் கொண்டு குறிக்கோளை அடையவேண்டும்.

எப்போதுமே குறிக்கோள் நன்கு செயல்பட கடந்தகால வாழ்க்கையை நிலைக்க வேண்டும். சிலரின் கடந்தகால வாழ்க்கை குறிக்கோளில்லாது இலக்கு இல்லாது வீணடிக்கப்பட்டிருக்கும். இவ்வாறு வீணடித்து விட்டோமே என்ற கவலை அனைவருக்கும் ஏற்படுவது இயற்கை. இந்த உணர்வே எதிர்காலத்தில் நம்பிக்கை கொள்ளச் செய்யும் தூண்டுகோல். இதனால் காலத்தின் அருமையை உணர்ந்தவர்கள் ஆவார்கள். ஆகவே நமது திறமையை உணர்ந்து, வாய்ப்புகளை நழுவ விடாது குறிக்கோளை நிர்ணயம் செய்துகொண்டு அதனை அடைய வழிகளை வகுத்து திட்டமிட்டு செயல்பட்டால் நமது காலம் சிறந்ததாகும்; வெற்றியும் வந்து சேரும். இதுபோன்ற குறிக்கோளுடன் கூடிய வெற்றியை இலக்காக அடைவதில் உள்ள பெருமை மிக மிக சிறப்பானது.

சில சமயங்களில் இடையூறுகள் வருவது இயற்கை. இடையூறுகள் என்ன என்ன ஏற்படும் என்பதை எதிர்நோக்கக் கற்றுக் கொள்ளவேண்டும். நமது சொந்த விருப்பு, வெறுப்புகளே சில சமயங்களில் இடையூறுகளாக் அமைவதுண்டு. அந்த சூழ்நிலை ஏற்பட்டால் நம்முடைய பழக்க வழக்கங்களையே மாற்றவும் தயங்கக் கூடாது. இதற்கு உதாரணமாக நீண்ட நேரம் படுக்கையிலிருந்து எழாமல் இருப்பது. புகை பிடித்தல், அரட்டையடித்தல் போன்றவை. நமது குறிக்கோளை நிறைவேற்ற பலவற்றை தியாகம் செய்யவேண்டியிருக்கும். பலவிதமான பொழுதுபோக்குகளை கைவிடவேண்டியதிருக்கும். எந்தவிதமான எதிர்பார்த்த, எதிர்பாராத இடையூறுகளின் விளைவாக சில தடைகள் ஏற்படலாம். என்ன நடந்தாலும் குறிக்கோளை கைவிடாது, முயற்சியை கைவிடாது, இலக்கை அடைய தொடர்ந்து செயலாற்றிக் கொண்டேயிருக்க வேண்டும்.

நமது வாழ்வில் அடைந்த வெற்றிகளையும் சாதனைகளையும் எண்ணிப்பார்த்து திருப்தியடைய வேண்டும். அதேசமயம் மீதமுள்ள தனது வாழ்நாட்களையும் எண்ணிப்பார்க்க வேண்டும். மீதமுள்ள காலத்தை ஆண்டுகளாகப் பார்ப்பதைவிட, மாதக் கணக்கில், வாரக்கணக்கில், நாள்கணக்கில், மணிக்கணக்கில் தான் பார்க்கவேண்டும். ஏனெனில் நாளை என்பது வியக்கத்தக்கது. எதுவும் ஏற்படலாம். எது எப்படி இருப்பினும் இனி மேலும் குறிக்கோள் இன்மை என்ற நிலையை எவரும் மேற்கொள்ளலாகாது. குறிக்கோள், லட்சியம், சாதனை செயல், காலத்தைப் பேணுதல், என்றும் இலக்குகளை நிர்ணயித்து வாழ்வை அனுபவிக்கத் தொடங்குங்கள். செயல் வீரராக, கர்ம வீரராக மாறுங்கள்.

L. குற்றம் காணும் தன்மை

நம் வாழ்வு சிறக்க அறிஞர்கள், பெரியோர்கள் கூறும் அறவழிகளை ஏற்கவேண்டும். நமது பணி சிறக்க பிறரிடம் உள்ள சிறப்புகளைப் பேசி பணியினை நாம் செவ்வனே செய்து முடிக்கவேண்டும். எவரின் குறைகளையும் பெரிது படுத்தாதீர்கள். "குற்றம் காணில் சுற்றம் இல்லை" என்ற வாக்கை மதித்து பிறரிடம் குற்றம் காணும் குணத்தை தவிருங்கள். பிறரின் குறை எதையும் வெளியில் யாரிடமும் கூறாதீர்கள். குற்றம் காண்பதை

ஏற்பீர்களானால், உங்களது பொன்னான காலம் விரயமாவதுடன் உங்களது நண்பர்களும் உங்களது இக்குணத்திற்காக உங்களை ஏற்கமாட்டார்கள். குற்றம் காணும் தன்மை மிகவும் அற்பத்தனமானது. குற்றங் காண்பவரை சிலர் வெறுக்கவும் செய்வார்கள். கால நிர்வாகத்தில் கவனம் செலுத்துவதை கடமையாக நினைப்பவர்கட்கு குற்றம் காணும் வாய்ப்பு மிக அரிது. அப்படியே சந்தர்ப்ப வசத்தினால் தவறு செய்தவர்களை கண்டாலும் மன்னித்து, மேலும் மேலும் குற்றம் நடைபெறாமல் பார்த்துக்கொள்வார்கள்.

M. கூட்டங்கள்

இது ஒரு பெரிய விஷயம். ஆனால் கூட்டங்கள் என்பது ஒரு சாதாரணமான நிகழ்ச்சியாகிவிட்டது. எப்போதுமே கூட்டம் என்றால் ஒரு பெரிய முடிவு எடுக்கப்படும். கூட்டங்கள் என்றால் ஒரு மரியாதையும் பரபரப்பு உள்ள நிகழ்வு எந்த அலுவலகங்களிலும் இது ஓர் அன்றாட நிகழ்ச்சி. சில அலுவலகங்களில் தகவல் பலகையை பார்த்தால் கூட்டங்களைப் பற்றிய அறிவிப்பு இருக்கும். அதில் வாரத்தின் முதல் நாளாகிய திங்கள் முதல் கடைசி நாளாகிய சனிக்கிழமை வரை இருக்கும். இன்னும் சொல்லப்போனால் ஞாயிற்றுக்கிழமைகளில் கூட தனி மற்றும் முக்கிய கூட்டங்கள் எனவும் அறிவிப்பு வரும். இன்னும் சில அலுவலகங்களில் வருடம் முழுவதும் நடைபெறப் போகும். கூட்டங்களைப் பற்றிய அறிவிப்பு சுற்றறிக்கையை படித்த அனுபவமும் எனக்குண்டு.

கூட்டங்கள் பற்றிய ஒரு சுவையான நிகழ்ச்சி. ஒரு சமயம் ஒரு கிராமவாசி பக்கத்து நகரிலுள்ள அலுவலகத்திலுள்ள தனது நண்பரை பார்க்கச் சென்றார். பார்வையாளர்கள் அறையில் அமர்ந்து தனது நண்பரை பார்க்க விரும்புவதாக தகவல் தந்த போது, அலுவலக அதிகாரிகள் கூட்டம் நடப்பதால் அவரைப் பார்க்க முடியாது என்று சொல்லிவிட்டார்கள். கிராமவாசி அதற்குப்பிறகு பக்கத்து நகரிலுள்ள அலுவலக நண்பரைப் பார்க்க பல தடவை சென்றபோதெல்லாம் தனது நண்பர் கூட்டத்தில் இருப்பதாகவே தகவல் தருவது வழக்கமாகிவிட்டது. நண்பரைப் பார்க்க செல்வதை வழக்கமாகக்கொண்டுள்ள கிராமவாசி ஒரு முடிவுடன் மீண்டும் சென்றார். வழக்கம்போல் அலுவலக அதிகாரிகள் கூட்டம் நடைபெற்றுக்கொண்டிருப்பதால் நண்பரைச் சந்திக்க முடியாது என்று தகவல் தந்தார்கள். இத்தடவை சரி என்று

உடனே திரும்பவில்லை. அங்குள்ள வரவேற்பாளரிடம் என்ன கூட்டம் இன்று நடக்கிறது? எனக்கேட்டார். கூட்டத்தின் விவரம் பற்றி தெரிந்துகொள்ள விரும்புவதையும், பல தடவைகள் வந்து நண்பரை பார்க்க முடியாதது பற்றி வருத்தம் தெரிவித்தார். அப்போது அவருக்குக் கிடைத்த பதில் கீழே வருமாறு:-

"எங்கள் அலுவலகத்தில் அலுவலர்கள் கூட்டம் நாளுக்கு நாள் பெருகி விட்டது. எல்லா நாட்களுமே அலுவலர் கூட்டம் நடை பெறுவதால் அலுவலக மற்றப்பணிகள் தேக்க நிலைக்கு வந்துவிட்டது. இதை உடனே நிறுத்த பொது மேலாளர் முடிவு கட்டியுள்ளார். இன்றைய கூட்டத்தில் கூட்டங்களை குறைப்பது எப்படி? என்று விவாதிக்கும் கூட்டம் நடைபெறுகிறது" என்றார்.

இதைக் கேட்ட கிராமவாசி நண்பருக்கு ஒன்றுமே புரியவில்லை. அவருக்கென்ன இதைப் படிக்கும் பல வாசகர்கட்கும் ஓர் அதிர்ச்சி செய்தி மட்டும் அல்ல; இப்படியுமா? நிறுவனங்கள் இயங்குகின்றனா? என வாயடைத்துப் போனாலும் அவர் உள் மனது கூறிய முதுமொழி பேச்சைக் குறைத்து செயலில் காட்டுங்கள்" என்பதே.

கூட்டங்கள் என்றால், பல அலுவலர்கள் அதிலும் குறிப்பாக உழைப்பின் சின்னங்களின் நேரம் கூட்டங்களில் முதலீடு செய்யப்படுகிறது என எண்ணலாம். இக்கூட்டங்களில் செலவிடப்படும் மனித நேரங்கள், செலவுகள் மற்றும் உற்பத்தித்திறன் எல்லாவற்றையும் கணக்கிட்டு இக்கூட்டங்களினால் நிறுவனத்திற்குக் கிடைக்கும். அதிகப்படியான விளைவுகள் என்ன? என்று சிந்திப்பதில் நியாயம் உள்ளது. இறுதியாக நான் வலியுறுத்திக் கூற விரும்புவது இத்தகைய கூட்டங்கள் மிகவும் அவசியமா? என்பதைப் பார்க்கவேண்டும். மிகவும் அத்யாவசியமான கூட்டங்களைத் தவிர எதற்கெடுத்தாலும் "மீட்டிங்குகள்" என்று பெரும்பாலான அலுவலர்களின் நேரத்தை வீணடிக்கும் கூட்டங்களைத் தவிர்ப்பதால் ஓரளவு நிறுவனத்தின் செலவைக் கட்டுப்படுத்துவதுடன் லாபத்தில் ஓரளவு அதிகமாக கூட வாய்ப்பு உண்டு. அந்த விளக்கங்களையும் விரிவாகக் காண்போம்.

நிறுவனங்களின் மேம்பாட்டுக்கு என ஓர் எண்ணத்துடன் கூட்டப்படும் இத்தகைய கூட்டத்திற்கு எத்தனை அலுவலர்கள்

அழைக்கப்படுகின்றனர்? இதில் வெளி ஊரிலிருந்து வருபவர்களையும் அவர்களது செலவுகளையும் சேர்க்க வேண்டும். மேலும் கூட்டத்திற்கு வருபவர்களின் மனித உழைப்புக்கான ஊதியம் மற்றும் கூட்டம் நடைபெறும்போது ஏற்படும் நேர்முக மறைமுக செலவுகள் இதுபோன்ற செலவுகளை கணக்கிடத் தொடங்கி அதுபற்றி முடிவெடுப்பார்களேயானால் இத்தகைய கூட்டங்களுக்கென வீண் செலவை தவிர்க்கும் வழி கிடைக்கும். இதில் ஆகும் பயணச் செலவுகள் ஒரு பணியாளரின் மாத ஊதியத்தை விட அதிகரித்து விடும். இத்தகைய விரயத்தை கூட்டங்களைக் குறைப்பதன் மூலம் தவிர்க்கலாம். கூட்டங்களைக் குறைப்பது எப்படி? என்ற தேவையற்ற கூட்டமும் தேவை இல்லை. நிறுவனங்களில் கூட்டங்கள் நடத்துவது மிகவும் இன்றியமையாதது என்ற அடிப்படையிலும் அவசர முடிவு எடுக்கவேண்டிய இக்கட்டான சூழ்நிலைகளைத் தவிர கூட்டம் நடத்த வேண்டியதில்லை. இக்கூட்டங்களுக்குப் பதிலாக சுற்றறிக்கை மூலமாகவும் மற்றபடி கடிதங்கள் மூலமாகவும் கருத்துகளைச் சேகரிக்கலாம். சில நிறுவனங்களில் சிறு கூட்டம் என்றாலே நேரமும் பணமும் அதிகமாகச் செலவாகும். இதையெல்லாம் தவிர்ப்பது நிறுவனத்தின் வளர்ச்சிக்கு வழிகோலும். மேலும் கூட்டம் என்றால் அதன் (Agenda) பொருள் நிரல் உருவாக்கப்படவேண்டும். பொருள் நிரலில் குறிப்பிடப்படாத எந்தவொரு நிகழ்ச்சியையும் கூட்டங்களில் தவிர்க்கவேண்டும். வீண் விவாதம், பேச்சுத்திறமை போன்றவற்றினைத் தவிர்க்கவேண்டும். கூட்டம் சரியான நேரத்தில் ஆரம்பிக்கப்படல் வேண்டும். முக்கிய காரியங்களை முடிப்பதுடன், கூட்டத்தை திட்டமிட்டபடி சரியான நேரத்தில் முடிக்கவேண்டும். இதனால் மனித நேரம் வீணாவதைத் தவிர்க்கலாம். அதிகப்படியான பயணச் செலவு மற்றும் இதர செலவுகளைத் தவிர்க்கலாம். இங்கு கூட்டங்களில் எவ்வாறு விவாதம் நடத்தப்படவேண்டும், எதற்கு முக்கியத்துவம் கொடுப்பது போன்ற விவரங்களைத் தரமுன் வரவில்லை. ஏனெனில் விவாதக் கருத்துகள், முடிவுகள் நிறுவனத்துக்கு நிறுவனம் மாறுபடும் என்பதால் கூட்டத்திற்கு யார்யாரை அழைக்கவேண்டும் என்பது போன்ற காரியங்களை முன் கூட்டியே தீர்மானித்து நிறுவனத்திற்கு அக்கூட்டத்தினால் பலன் ஏற்பட வழி முறைகளை வகுப்பதே முக்கிய நோக்கமாக அமையவேண்டும். கூட்டங்கள் நடைபெறும்போது குறுக்கீடுகள் ஏதும் வராதபடி பார்ப்பது அவசியம். கூட்டத்தை நடத்தும் நிர்வாகி

கீழ்க்கண்ட விஷயத்தில் அதிக கவனம் செலுத்தவேண்டும். அவை முறையே...

- குறித்த நேரத்தில் கூட்டம் ஆரம்பமாக வேண்டும்.
- விவாதப் பொருள் பற்றியே கூட்டத்தில் விவாதம் அமையவேண்டும்.
- அவரவர்கள் தங்களது கருத்தைத் தெரிவிக்க அனைவர்க்கும் சம வாய்ப்புத் தரவேண்டும்.
- பார்வையாளர்களை கூட்டம் நடைபெறும்போது தவிர்ப்பது அவசியம்.
- செல்போன்கள் கூட்டம் நடைபெற தடையாக இருக்கக் கூடாது.
- விவாதம் முடிந்த உடனேயே கூட்டம் கலைய வேண்டும்.
- ஒரே நேரத்தில் இரண்டு கூட்டங்கள் நடக்காது இருக்கவேண்டும்.
- கூட்ட நிகழ்வுகள் பதிவு செய்யப்படல் வேண்டும். அதை உடனே சம்பந்தப்பட்டவர்கட்கு நினைவுபடுத்த அதன் பிரதிகள் அனுப்பப்படல் வேண்டும்.

நடந்து முடிந்த கூட்டமுடிவுகள் அனுப்பி வைக்கப்பட்டதுடன் பின்னர் அதன் மீது சம்பந்தப்பட்டவர்களிடம் அபிவிருத்தி தகவல்கள் பெறப்பட்டு அதன் மீது நடவடிக்கையும் எடுத்தல் அவசியம். கூட்டங்களில் நேரம் வீணாவதைத் தவிர்க்க, நிகழ்வில் குறிப்பிடாத விஷயங்களை விவாதித்தலை தவிர்க்க வேண்டும். கூட்டம் நல்லபடியாக நடைபெற தக்க முன்னெச்சரிக்கை நடவடிக்கை அவசியம். நல்ல கவனம் நல்ல முடிவையே தரும்.

N. காலக்கணிப்பில் கவனம் தேவை

காலம் என்பதை வளம் என குறிப்பிடுவதில் ஒவ்வொருவரும் பெருமை கொள்ளலாம். ஆயினும் வளமான வாழ்வு சிலருக்கு கானல் நீராகவே காணப்படும். காலம் என்பது ஒவ்வொருவரும், அவரவர் விருப்பு, வெறுப்புக்கேற்பவும், அவரவர் திறமைக்கேற்றவாறும் அறியப்படுகிறது. எனவே காலத்தைக் கணிப்பதில் ஒருமித்த கருத்து காணுவது கடினம். நாட்டுக்கு நாடு,

மனிதருக்கு மனிதர், இயற்கை சூழ்நிலை போன்று பல்வேறு காரணங்களால் காலக்கணிப்பு மாறுபடும் என்பது அறிஞர்களின் ஆய்வு. இதில் சரியான கணிப்பு ஏற்படாது போனால் உலகின் உயர்வும் முன்னேற்றமும் பாதிக்கப்படும். இந்நிலை வராது காலக்கணிப்பில் சரியான கவனம் அவசியம்.

காலக்கணிப்பு பார்வைக்கு எளிதாகத் தோன்றும்; ஆனால் அது அத்தனை சுலபமானதல்ல. காலக்கணிப்பில் குறைபாடுகள் நேருவதற்கான காரணங்களை ஆராய்ந்தோமானால் உண்மை ஓரளவாவது புலப்படும். பொதுவாக காலக் கணிப்பில் தவறுகள் நேருவதற்குக் காரணம் அவரவர்கள் கணிப்பில் கையாளும் முறைகள் வேறுபடுவதால் தான். நடைமுறையில் காலத்தைக் கணிப்பவர்கள் பெரும்பாலும் அதிக நேரமே எதற்கும் ஆகும் என கணிக்கிறார்கள். இதில் நல்ல முடிவைக் காண விரும்புவோர் இப்பணியை அந்தந்தப் பணிகளில் ஈடுபடுவோர்களிடமே ஒப்படைக்கவேண்டும். இதனால் காலக் கணிப்பில் ஏற்படும் குறைபாட்டினைத் தவிர்ப்பதுடன் இந்த ஆராய்ச்சிக்கான கால விரயத்தையும் தவிர்க்கலாம்.

காலக்கணிப்பு ஒரு கைத்தொழில் அல்ல. முதிர்ந்த அனுபவம் இதற்குத் தேவை. காலக்கணிப்பு செய்யும் போது தொழில்களின் தன்மை முக்கியம். மனித வைத்தியர்கள் அறுவை சிகிச்சையும், கால்நடை வைத்தியர்கள் சிகிச்சையும் ஒன்றாகுமா? மனிதனின் மதிப்பும், கால்நடைகளின் விலை மதிப்பும் ஒன்றாகுமா? இதுபோல் தச்சர்களின் தொழில் திறமையும் பொற்கொல்லர்களின் வேலைப்பாடும் ஒன்றாகுமா? பணிக்குப் பணி அதனதன் மதிப்பும் மரியாதையும் வேறுபடுகின்றன. சிலபணிகட்கு தொழில் நுட்ப ஆலோசனை அவசியம். தொழில் நுட்ப அறிவு இல்லாதவர்களின் காலக் கணிப்பு, குறைபாடுடையதாகவே இருக்கும். காலக்கணிப்பு செய்யும்போது எந்தப் பணிக்குத் தொழில் நுட்ப ஆலோசனை பெறவேண்டுமோ, அந்தப் பணிக்குத் தொழில் ஆலோசனை பெற்ற பின்னரே கால நிர்ணயம் போன்றவற்றை அனுமானிக்க வேண்டும்.

திட்டமிடுதல் என்பது எந்தப் பணியைத் தொடர நினைக்கிறோமோ, அது தொடர்பான எல்லாத்தகவல்களையும் திரட்ட வேண்டும். அது சம்பந்தமான அனுபவஸ்தர்களிடம் கலந்தாலோசித்த பின்னர் பணியைத் தொடங்குவது உத்தமம். இவ்வாறு தொடங்குவதால் எதிர்பாரா விளைவுகள் திட்டத்தின் நடவடிக்கைகளையும், கால

அளவையும் பாதிக்காமலிருக்கும்படி கவனித்துக் கொள்ளலாம். சிந்தித்துத் செயல்படுவது சிறந்தது என்ற கொள்கை நமக்கொரு தாரக மந்திரமாக இருக்கட்டும். சில பணிகளின் செயற்பாடுகளுக்குக் குறிப்பிட்ட கால அவகாசம் தேவைப்படும். அவற்றை விரைவு படுத்த முயன்றால் பணிகளின் செயல்பாடுகட்கு நன்மை ஏற்படுவதற்கு பதிலாக பாதிப்பே உண்டாகும். உதாரணமாக சமையல் செய்யும்போது சில உணவுப் பொருட்களை பக்குவமாக வேகவைத்து அடுப்பிலிருந்து இறக்கவேண்டும். அவ்வாறு செய்யாது குறிப்பிட்ட கால அவகாசம் இல்லாது அடுப்பிலிருந்து இறக்கினால் உணவுப் பதார்த்தம் சரியான பக்குவத்தில் அமையாது உண்ணத் தகுதியில்லாது போய்விடும். அதே சமயம் அதிக அளவு அவகாசத்தில் அடுப்பிலிருந்தால் உணவு பத்திப்போய் கரியாகி கெட்டுப்போய் விடும். ஆகவே நன்கு சமையல் தெரிந்தவர்களிடம் ஆலோசனை பெற்று சமையல் செய்வதால் காலக்கணிப்பில் குறைபாடுகள் ஏற்படாது.

இன்னும் காலக் கணிப்பு குறைபாடுகட்கு எத்தனையோ தகவல்கள் உள்ளன. வீடுகட்டும்போது வீட்டுக் கூரைக்குக் 'கான்கிரீட்' போடுவது வழக்கம். இவ்வாறு போடப்பட்ட கான்கிரீட் இறுகிக் கெட்டிப்பட மூன்று வாரகால அவகாசம் வேண்டும். இந்த மூன்று வார கால அவகாசத்தைக் குறைத்தால் அதன் விளைவு கூரை இற்றுப்போய் விழுந்துவிடும். ஆகவே கான்கிரீட் இறுகி நன்மை பயக்க மூன்று வாரகால அவகாசம் தேவை என்ற கணிப்பு ஆலோசனையை ஏற்று நடந்து கொண்டால் கான்கிரீட் போட்டதன் முழுப்பயனும் கால விரயமில்லாமல் கிடைக்கும்.

எந்தவொரு பணிக்கும் கால அளவைத் தீர்மானம் செய்யும் முன், அதற்கான முன்யோசனை அவசியம். நேரடியாக எந்தப் பணியையும் யாரும் தொடங்கிவிட முடியாது. பணியின் கால அளவை முடிவு செய்வதுடன் அதற்கான தேவைகள், பணம் மூலப் பொருட்கள், பணியாளர்கள், வல்லுனர்கள், இயந்திரங்கள், கருவிகள், சூழ்நிலை என எல்லாவற்றையும் முன் கூட்டியே கணிக்க வேண்டும். மேலும் பணியினை செய்வதற்கான மூலப்பொருள் இதர சேகரங்களுக்காகும் காலத்தையும் மனதில் கொள்ள வேண்டும். இல்லையெனில் சேகரிப்புக்கான நேரம் பணி ஆரம்பித்து முடிவடையும் நேரத்தை விட அதிகமாகலாம். பணி தொடர்ந்து நடைபெற பல இரவு பகல் தேவையெனில் அதிலும் கவனம் தேவை. பகலில் நடைபெறும் திறன் அளவும் இரவில்

நடைபெறும் வேலைத்திறன் அளவும் வித்தியாசமாகலாம். இவ்வாறு ஒவ்வொரு நிகழ்விலும் கவனம் செலுத்தினாலொழிய திட்டங்களின் அல்லது பணிகளின் இலக்கு நாளை சரியாக கணக்கிடமுடியாது. மேலும் விடுமுறை நாட்கள், பண்டிகை நாட்கள், மழைக்காலம், வெயில் காலம், பனிகாலம் எல்லாவற்றிற்கும் திட்டத்தின் அமைப்பில் நெகிழ்வு இருந்தால் செயற்பாடுகள் ஒன்றை ஒன்று சரிக்கட்டிக்கொண்டு செல்ல வாய்ப்பாக இருக்கும். எனவே இதுபோன்ற எதிர்பாரா இடையூறுகளுக்காகச் சில மனித நாட்கள் கூடுதலாகக் கணக்கிடப்பட வேண்டும். அனுபவமில்லாதவர்கள் ஈடுபட்டு செயலாக்க முற்படும் கால நிர்ணயம் குறைபாடுடையதாகவே இருக்கும்.

திட்டம் புதியது என்பதற்காக அதிககால அவகாசம் தேவையில்லை; எனினும் எதிர்பாரா விளைவுகளை எதிர்பார்த்து கால ஒதுக்கீடு இருக்குமானால், திட்டத்தை குறித்த அவகாசத்திலேயே முடித்துவிட வாய்ப்புண்டு. இதே சமயம் திட்டம் புதியது என்பதற்காக ஒரேயடியாக அதிகப்படியான காலக்கணிப்பையும் செய்து விடக்கூடாது.

மொத்தத்தில் ஒரு திட்டம் தீட்டவும், நிறைவேறவும் கால நிர்ணயம் குறைவு படாமலும், அதிகப்படாமலும் இணையாகச் செல்ல வேண்டியதாகும். ஆகவே இதுபோன்ற காலக்கணிப்பை தீர ஆலோசித்து, முன் அனுபவங்களைப் பயன்படுத்தி செய்யத் தொடங்கினால் காலமும் பொருளும் வீணாகாது. காலக்கணிப்பில் வெற்றியடைய திறமையான சிந்தனை தேவை.

O. சோம்பல்

‘சோம்பல்’ என்பதை உறைவிடமாகக் கொண்டவர்களை சோம்பேறிகள் என்று அழைப்பது வழக்கிலுண்டு. சோம்பேறிகளுக்கு எங்கும் வரவேற்புக் கிடையாது. சோம்பேறிகளை ஆதரிப்பவர்களும் கிடையாது. எனினும் சோம்பல் நம் வீட்டிலும், நாட்டிலும் உள்ளது. எந்த நாட்டில் சோம்பேறிகள் குறைவாக உள்ளார்களோ அந்த நாடு உற்பத்தியில் சிறந்த நாடாக இருக்கும்.

| பெ. வேலுச்சாமி |

நமது கிடைத்தற்கரிய அரிய நேரத்தைக் களவு செய்வது சோம்பல் என்ற கொடிய நோய். நோய் ஒரு மனிதனை செயல்படுத்த முடியாமல் செய்து விடுவது போல், சோம்பலைத் தழுவியவன் எந்தப் பணியையும் சீராகவும் செம்மையாகவும் செய்ய முடியாது. நமது நேரத்தைக் கொலை செய்வது சோம்பல் என்றால் மிகையாகாது. எத்தனையோ குடும்பங்கள் சோம்பல் காரணமாக உருக்குலைந்து போயுள்ளன. சோம்பல் உள்ளவர்கள் வாய்ப்பை நழுவ விடுதலில் முதலிடம் பெறுவார்கள். வாழ்வில் முன்னேறத் துடிப்பவர்கள் சோம்பலை ஒரு பகைவன் என ஒதுக்கி, வாழ்வில் முன்னேற வேண்டும்.

சோம்பல் தவிர்க்கவேண்டும் என்பதன் அவசியத்தை உணர்ந்த வள்ளுவர் அதற்காக மடி இன்மை என்ற ஓர் அதிகாரத்தையே தனியாகத் தந்துள்ளார். சோம்பலின் விளைவு மிகுந்த பாதகம் விளைவிக்கும் என்றும் எச்சரிக்கை விடுவிக்கிறார். மேலும் அவர்தரும் தகவல் கூறுவதாவது, நந்தா விளக்காகத் திகழும் ஒருவனுடைய குடி அவனுடைய சோம்பலால் அவனுக்கு முன்னதாகவே அழிந்துவிடுமாம். சோம்பல் என்பது அஞ்ச வேண்டிய இயல்பாகும் என வள்ளுவர் இடித்துக் கூறுகின்றார்.

சோம்பலாய் இருப்பதை "சும்மா" இருக்கிறேன் என்று சாதாரணமாக படித்த இளைஞர்கள் கூறுவதைக் கேட்டிருப்பீர்கள். சும்மா என்ற வார்த்தை அடிக்கடி நாம் கேட்கும் வார்த்தை. ஆனால் அதன் உண்மை நிலை சோம்பல் என்ற வார்த்தையையே குறிக்கின்றது. வேலையின்றி வீணே பொழுதைப் போக்கும் இளைஞர்கள் 'சும்மா' இருப்பதாகக் கூறுகின்றனர். காலத்தை எவ்வாறு பயனுள்ளதாகக் கழிக்கலாம் என்ற சிந்தனை அவர்களிடம் இல்லாததே இதற்குக் காரணம். நமக்கு எத்தனையோ வாய்ப்புகள் இருப்பதை எண்ணி சிந்தித்து செயல்பட்டால் சோம்பல் என்ற பேயை விரட்ட இளைஞர்கள் முன் வரவேண்டும்.

பல சாதனையாளர்களின் வரலாற்றைப் பார்த்தோமானால் அவர்கள் சாதனைக்கு அவர்களது கடுமையான உழைப்பு என்பது புரியும். எவ்வாறு அவர்கள் சாதனையாளர்கள் ஆனார்கள்

என்றால், அவர்கள் தங்களது நேரத்தை வீணாக்காது பயனுள்ள பணிகளில் ஈடுபட்டதால்தான் என்பது தெரியவரும். இப்படி அவர்களைப் போல் 'சும்மா' இருக்கும் இளைஞர்களும் தங்களது காலத்தை வீணாக்காது, பயனுள்ளதாக மாற்றினால் வருமானத்துக்கு வழி கிடைப்பதுடன் புகழுக்கு வழி வகுத்தவர்கள் ஆவார்கள். வாய்ப்புகள் எங்கே உள்ளது என்று தேடிக் கண்டு பிடித்து அவரவர் உழைப்பையும், நேரத்தையும் மூலதனமாக்கி பொருளீட்டலை ஒவ்வொரு இளைஞனும் செய்தால் அவர்கள் முன்னேறுவதுடன் நாடும் நலம் பெறும்.

இளைஞர்கள் வீணே காலத்தைக் கழிக்காது அவரவர் திறமை என்னென்ன என அடையாளம் கண்டு அது சம்பந்தமான பணிகளில் ஈடுபட்டு, தங்களது நேரத்தைப் பயன்படுத்துவதோடு, பொருளீட்டலும் செய்யவேண்டும். சோம்பலைக் கைவிட்டு முயற்சி, உழைப்பு என்ற ஆயுதத்தை ஏந்தி முன்னுக்கு வரவேண்டும்.

சோம்பல் எத்தனை எத்தனையோ இன்னல்களை ஏற்படுத்தும் என்பதை ஒவ்வொருவரும் கண்டும், பார்த்தும் அனுபவித்திருப்பார்கள். சோம்பலால், பொருள் நஷ்டம், நட்பு நஷ்டம் என பல நஷ்டங்கள் ஏற்பட வாய்ப்புண்டு. இதுபோக நாம் அடையும் துன்பங்களையும் துயரங்களையும் பட்டியலிட்டால் அது நீண்டு ஒரு பெரிய மெகாத்தொடர் எடுக்கவே பயன்படும். கடைசி நேர அவசரம் என்று பலர் பரபரப்பாக இருப்பதைப் பார்த்திருக்கிறோம். ஏன் இந்த அவல நிலை. காலங்களில் சோம்பலாய் இருந்து அரக்கப் பரக்க ஓடுவதால் நஷ்டங்களை சிறிது பார்ப்போம்.

கடைசி நேர அவசரத்தால் எத்தனையோ பொருள் சேதம் ஏற்படுவதுடன் பலரின் நிந்தனைக்கும் ஆளாவோம். இரயில்வே ஸ்டேஷன் சென்று இரயிலைப் பிடிக்க முன்னதாகவே செல்லாமல் கடைசி நேரத்தில் புறப்பட்டால் வீண் செலவு ஆவதுடன், புகை வண்டி கிளம்பும் நேரத்தில், ஓடும் வண்டியில் பெட்டிகளை வீசி உள்ளே எறிந்து சிலர் ஏறுவதைப் பார்த்திருக்கிறோம். சிலர் ஓடும் ரயிலில் ஏறி கீழே விழுந்ததும் உண்டு. இன்னும் சிலர் உயிரை தானமாகக் கொடுத்ததும் உண்டு. இதிலிருந்து என்ன அறிகிறோம். சோம்பலினால் ஆபத்தில் முடிந்தால் கை, கால் என இழக்கவும்

நேரிடும். இதற்கெல்லாம் காரணம் சரியான நேரத்தில் செல்லாததுதானே. சோம்பலுக்கு இரையானவர்கள் சதாசோம்பலில் ஊறிக் கிடந்தவர்கள் மட்டும் இல்லை. பெரிய அறிவாளிகள், திறமைசாலிகள் கூட இதற்கு விதிவிலக்கல்ல.

ஔவையின் 'ஊக்கம் உடைமை ஆக்கத்திற்கு அழகு' என்ற வாக்கினை வேதவாக்காகக் கொள்ளவேண்டும். வெற்றியின் வாயில்படியை அடையும் வரை, வெற்றியை அடைய விரும்புபவர் ஓய்வு, சோம்பல், தூக்கம், தயக்கம் மயக்கம் என எல்லாவற்றையுமே மறந்து விழிப்புடன் இருத்தல் அவசியம். எந்த எதையும், எந்த காலகட்டத்திலும் தள்ளிவைக்கும் வழக்கத்தை முற்றிலும் சரியான காரணமில்லாது செய்தல் கூடாது. 'நாளை பார்க்கலாம்' என்ற சொல்லை நகைச்சுவையாக ஆக்கிவிடக் கூடாது. நாளை என்று தள்ளிப்போட்டால் அந்த நாளை ஒருவேளை பார்க்க முடியாமலே போகும் இதனால் செய்ய வேண்டிய பணி கண்ட கனவாகவே போய்விடும். ஏதாவது ஒரு வேலையை பாதியில் விட்டு விட்டீர்களானால் அந்த பாதிவேலை வீணாகப்போய் முற்றிலுமாக முதலிலிருந்தே செய்ய வேண்டிய காலக் கட்டாயம் வந்து விடலாம். எதையும் தள்ளிப்போடும் போது காலவிரயம், பொருள் நஷ்டம், மனித உழைப்பு ஆகியவைகளைக் கணக்கீட்டு பின்புதான் தள்ளிப்போடுவது இல்லை முற்றிலும் கைவிடுவதோ செய்ய வேண்டும். தீயை அணைக்க என்னசெய்ய வேண்டும்? ஆராய்ந்து பாருங்கள். சிறிது தீயை அணைத்துவிட்டு, அற்ப சோம்பலின் விளைவால் மீதம் வைத்தால் ஏற்படும் பின் விளைவை எண்ணிப்பாருங்கள்.

பாரதியாரின் இனிய வாக்கினை நினைவு கூர்வோம்.

"நன்றே செயல் வேண்டும் – அதை
நாளைச் செய்வோமென்று போக்காமே
இன்றே செயல் வேண்டும் – அதை
இப்பொழுதே செய்திடல் வேண்டும்".

எனவே எதையும் எந்த நிலையிலும் ஒத்திவைக்கும் வழக்கத்தை அறவே ஒழிப்பது, சோம்பல் என்ற வியாதிக்கு விடும் சவாலாகும்.

P. தகவல் தொடர்பில் குறைபாடுகள்

இந்த நூற்றாண்டின் வளர்ச்சிக்கு மிக முக்கிய காரணம் தகவல் தொடர்புதான். தகவல் தொடர்பு காரணமாக உலகத்தையே ஒரு கிராமமாக அழைக்கும்படி இப்பரந்த உலகம் ஒரு கிராமமாகிவிட்டது. இவ்வளவு தொடர்பு சாதனங்களை நன்கு பயன்படுத்திய நிறுவனங்கள் மிகவும் திறமையாக வளர்வதில் எந்தவிதமான அதிசயமில்லை.

ஒரு நிறுவனம் நன்கு வளர அந்த நிறுவனத்தின் தகவல் தொடர்பு தெளிவாக இருக்கவேண்டும். ஒரு நிறுவனத்தில் பல பணிகள் தாமதமாவதற்குக் காரணம் தகவல் தொடர்பில் உள்ள குறைபாடுகள் என கண்டறியப்பட்டுள்ளது. தகவல் தொடர்பில் குறை காண முடியாதபடி, அந்த பகுதி மேலாளர் சிறப்பாக பணியாற்ற வேண்டும். அரை குறைத் தகவல்கள் நிறுவனத்தையே ஆட்டம் காண வைத்துவிடும். முழுமையான தகவல் அனுப்பப்படவில்லையானால் காலவிரயமும் ஏற்படும். ஆகவே தகவல் தொடர்பு தெளிவாகவும் புரியும் படியும், விவரமாகவும் இருத்தல் அவசியம். தகவலில் தெளிவு இருப்பதுடன் தகவல் பெறுபவருக்கு எவ்விதமான சந்தேகமும் உண்டு பண்ணக் கூடாது. தகவல் தொடர்பானது நிறுவன மேம்பாட்டுக்கு உதவுவதாக இருப்பதுடன் நிறுவனத்தின் குறிக்கோளுக்கு உதவுவதாகவும் இருத்தல் அவசியம்.

தகவல் தொடர்பின் முக்கிய நோக்கமே நிறுவனத்தின் ஒரு பகுதியிலிருந்து நாட்டின் மற்றொரு பகுதிக்கு நிறுவனங்களின் தகவல் பரிமாற்றம் திட்டமிட்டபடியும், சரியான நேரத்தில், சரியாக அனுப்புவதைக் குறிக்கும். இத்தகவல் தொடர்பின் மூலம் ஒருமித்த கருத்து இரு முனைகளிலும் ஏற்பட வேண்டும். தகவல் தொடர்பு அமைப்பில் பல விதமான தொழில் நுணுக்கங்கள் உள்ளன. அவற்றின் ஒவ்வொரு நிலையிலும் செம்மை வேண்டும். தகவல் அனுப்புபவர் எந்த மொழியில் தகவல் அனுப்புகிறாரோ, அந்த மொழியைப் புரிந்துகொண்டவர் தாம் அதைப் பெற்றுச் செயற்பட முடியும். மற்றவர்கட்கு அது புரியாது. புரியாத காரணத்தால் பெரும்பாலும் தகவல் தொடர்பில் பாதிப்பு ஏற்பட வாய்ப்புள்ளது. இந்த சூழ்நிலையில் தகவல் தொடர்பு அமைப்பில் தகவல் பெறுபவருக்கு எந்த மொழி தெரியுமோ அந்த மொழியிலேயே தகவல் அனுப்பப்படவேண்டும். இல்லையெனில் அந்தத் தகவல் பயனற்றதாகிவிடும்.

பெ. வேலுச்சாமி

பொதுவாக தகவல் தொடர்பு அமைப்பில் தகவல் அனுப்புபவர், தகவல் பெறுபவர் இருவருக்கும் பொதுவான மொழியும், அதில் தேர்ச்சியும் தேவை. தகவல் தொடர்பு அமைப்பில் எங்காவது ஓர் இடத்தில் தவறு நேர்ந்தாலும், இடர்ப்பாடு நேர்ந்தாலும் தகவல் தொடர்பு முழுமை பெறாது. அலுவலகங்களில் ஆவணப் பராமரிப்பு செம்மையாக இருத்தல் அவசியம். செம்மையாக இருந்தால் தகவல் தொடர்பும் விரைந்து செயல்படும். அலுவலகங்களில் பராமரிக்கப்படும் எல்லா ஆவணங்களுமே தகவல் கூறுகளைப் பராமரிப்பவையாகும். ஆவணங்களை ஒழுங்காகப் பராமரித்தால் நினைத்த நேரத்தில் எடுத்து கையாள முடியும். மேலும் இவ்ஆவணங்களைத் தேடுவதில் காலமும் வீணாகாது. மேலும் ஆவணங்கள் பற்றிய தகவல் எந்த நேரத்திலும் கிடைக்கும் படி அதற்கான வரிசை எண்ணிட்டு, அதற்கென உள்ள பீரோக்களில் பத்திரப்படுத்தவேண்டும். கடிதப்போக்குவரத்தும் நிறுவனங்களில் நல்லபடியாகக் கையாளப்படவேண்டும். கடிதம் எழுதுவதிலும் திறமை தேவை. கடிதம் செல்லும் இடங்களில் கடிதத்தின் தனித்தன்மையை உணரும்படிச் செய்யவேண்டும். பணியாளர்கள் எழுதும் வியாபாரக் கடிதங்கள் அவரது நிறுவனத்தின் நற்பெயருக்கு அடிப்படையானவையாகும். அலுவலகக் கடிதங்கள் சிறந்த எடுத்துக் காட்டுகளாகத் திகழ வேண்டும். கடிதம் எழுதுபவருக்கு கடிதத்தின் நோக்கம், கடிதம் போய்ச் சேரவேண்டிய நபரின் முழு அந்தஸ்து போன்ற எல்லா தகவல்களும் அத்துப் படியாக இருக்கவேண்டும். தகவல் தொடர்பு சிறந்ததாக இருந்தால் நிறுவனத்தின் மதிப்பு உயரும். மேலும் கடிதத்தை ஒரு நிறுவனம் அடுத்த நிறுவனத்துக்கு அனுப்புவது வழக்கம். கடிதத்தை அனுப்பியவுடன் பணியாளர் தமது வேலை முடிந்து விட்டதாக எண்ணுதல் கூடாது. அனுப்பியகடிதம் அது போய்ச் சேரவேண்டிய இடத்திற்கு அதுவும் சம்பந்தப்பட்ட நபருக்கு போய்ச் சேர்ந்ததை உறுதிப்படுத்திக் கொள்ளவேண்டும். இருவழித் தொடர்பு சம்பந்தப்பட்ட, இரண்டு நிறுவனங்கட்கும் சுமூகமான உறவு ஏற்படுவதுடன் வீணாக நேரம் செலவாவதில்லை.

சுற்றறிக்கைகளை பலருக்கு அனுப்பும்போது, சுற்றறிக்கை சரியாக உள்ளதா? என்பதை பல தடவை படித்து உறுதிப்படுத்திக்

கொள்ளவேண்டும். ஏனெனில் தவறு ஏற்படின் மறுபடி எல்லாருடனும் தொடர்பு கொள்ள வேண்டிய நிலை வரும். இதற்கு காலவிரயம் அதிகமாகும். தகவல் தொடர்பில் குறைகளைக் களைய வேண்டும். காலத்தை சேமித்து வீணாகும் காலத்தை குறைக்கவேண்டும்.

Q. திடீர் முடிவுகள்

திடீர் முடிவுகள் இதற்கு விளக்கமே தேவையில்லை. யோசிக்காது, முன்பின் தகவல்கள் சேகரிக்காது, சம்பந்தப்பட்ட வல்லுனர்களை அணுகாது தன்னிடமுள்ள பணியினை முடிக்க வழி தெரியாது இருந்தும் சிலர் திடீர் முடிவுகளை எடுப்பது வழக்கம்.

திட்டமிடப்படாத திடீர் முடிவுகளால் நமது காலமும், பொருள் வளமும் திருப்தியாக முடிவடைவதில்லை. சாதாரண சூழ்நிலையில் எந்த ஒரு காரியத்துக்கும் திடீர் முடிவுகள் எடுக்கவேண்டியது தேவையில்லை. எந்தக் காரியத்தையும் திட்டமிட்டு செயலாற்றினால் நல்ல பலன் உண்டு. திட்டமிடப்படாத திடீர் முடிவுகள் நமது நேரத்தையும், பொருளையும் வீணடிப்பதுடன் எதிர்பாராத மன உளைச்சலையும் உண்டு பண்ணலாம். திடீர் முடிவுகளை செயல்படுத்தும் போது, அவை எதிர்பார்த்த விளைவுகளைத் தருமா? என்று உறுதியாகச் சொல்ல முடியாது. முயற்சி செய்வதும், தவறுகள் கண்ட போது அவற்றிலிருந்து விடுபட்டு, வேறு வழிகளில் முயல்வதுமே மாறிமாறி நடக்கும். இது வீண் செலவுடன் கால விரயத்தையும் உண்டுபண்ணும்.

முடிவுகள் எடுப்பதும் ஓர் ஆழ்ந்த யோசனைகளின் பின்னணியே. இவ்வாறு எடுக்கும் முடிவிற்கு நமது முதலீடு அரிய வளங்களும், காலமும் நாம் எதிர்பார்ப்பது நமது குறிக்கோள் நிறைவேற வேண்டும் என்ற முயற்சி. எனவே இவ்வாறான திட்டமிட்ட முடிவுகளை செயல்படுத்தும்போது பல்வேறு மாற்று வழிகளை ஆராய வாய்ப்பிருக்கிறது. இதனால் ஏற்படப்போகும் நன்மை, தீமைகளை ஆராய்ந்து, சிறந்த வழியைத் தேர்ந்தெடுக்கவும் முடியும். இப்பணியை யார் யார் எப்படி செயலாற்ற உள்ளார்கள் என்பதை நன்கு திட்டமிடவும் வழிகள் உள்ளன. எனவே முடிவெடுத்த ஒவ்வொரு வழிமுறைகளும் செயலாக்கத்திற்கும் முடிவுக்கும் நெருங்கிய சம்பந்தத்தை உண்டுபண்ணுகின்றன. இதில் எந்தவிதமான சந்தேகத்திற்கும் இடமில்லை. திட்டங்களில்

இலக்குகள் நிர்ணயிக்கப்படுவதாலும், கட்டுப்பாட்டு தீர்மானங்கள் கணிக்கப்படுவதாலும் திட்டத்தைத் தொடர்ந்து கண்காணிக்கவும், தவறுகள் நேருமுன் திருத்த நடவடிக்கை மேற்கொள்ளவும் வழிவகைகள் உண்டு. இவ்வாறு திட்டமிடுதல் அறிவியல் சார்ந்த வழிமுறையாகவும் தீர்மானிக்கப்படுகிறது.

பொதுவாக திடீர் முடிவுகள் ஓர் அதிரடித் தீர்மான முடிவு என்பதே சரியாகும். திடீர் முடிவுகள் ஊழியர்களின் மனத்தில் எதிர்பாராத் தன்மையை அல்லது உறுதியற்ற தன்மையை ஏற்படுத்துவதுடன் ஒரு தைரிய இழப்பையும் உண்டுபண்ண வழிகோலும். எதைச் செய்ய முற்படும்போதும், அதில் மாற்றம் வருமோ என்ற சந்தேகத்துடனும் அரை மனதுடனுமே காரியத்தில் முனைவார்கள். எவ்வளவு ஒரு நிலையற்ற முடிவை சந்தேகத்தை, பயத்தை, உண்டுபண்ணும் திடீர் முடிவுகளை பெரும்பாலானவர்களின் மனத்தில் பீதியை உண்டுபண்ணும் நிலையை மாற்ற திடீர் முடிவுகளை எடுத்து செயல்படுத்துவதை விட்டொழிப்பது நிறுவன வளர்ச்சிக்கு நல்லது.

ஒரு பணியைச் செய்ய ஆகும் நேரத்தைவிட அப்பணியை எப்படிச் செய்வது மற்றும் அணுகுமுறைகளைத் தீர்மானிப்பது, மூலப்பொருளைச் சேகரிப்பது, மனித உழைப்பை எவ்வாறு பயன்படுத்துவது, செயல்படுத்தினால் அதன் விளைவுகள் எப்படியிருக்கும்? என்ற பல யோசனைகள் மனத்தில் எழும். மேலும் எல்லாவற்றையும் சேகரிக்க அதிகச் செலவும் பிடிக்கலாம். பொதுவாக திடீர் முடிவு எடுத்தாலே செலவு இரட்டிப்பு ஆகும். இதையெல்லாம் மனத்தில் கொண்டு செயல்பட வேண்டும். நல்ல முடிவு எடுக்கும் நிறுவனங்கள் திடீர் முடிவுகளை எடுக்கமாட்டார்கள்.

பொதுவாக திடீர் முடிவுகள், செலவைக் கூட்டுவதுடன், கால விரயத்தையும் ஏற்படுத்தி நிறுவனத்திற்கு கெட்ட சூழ்நிலையையும் உண்டு பண்ணலாம். சமயத்தில் இதை “துக்ளக்” பாலிசி என்று கூட அழைத்துவிடுவார்கள். திட்டமிடப்படாத திடீர் முடிவுகளால் நமது நேரமும் எல்லா வளங்களும் திசை திருப்பப் படுகின்றன. இந்த நிலையை யோசித்து தீர்மானிப்பதில் பணியாளர்களின் பங்கு அதிகம். இயற்கைத் தடைகள் ஏதாவது ஏற்பட்டாலன்றி இத்தகைய திடீர் முடிவு எடுக்கத் தேவை இல்லை என்பது பல தொழில் வல்லுனர்களின் கருத்தாகும்.

R. தொ(ல்)லை பேசி அழைப்புகள்

இன்றைய சூழ்நிலையில் தொலைபேசியின் பங்கை நாம் போற்றிப் பாதுகாக்க வேண்டும். இதில் போன், செல்போன், ஈமெயில் மற்றும் எலக்ட்ரானிக் மூலம் நடைபெறும் தொடர்புகள் அடங்கும். மனித வாழ்வே தொலைபேசியின் அவசியத்தை உணர ஆரம்பித்து விட்டது. ஆதி காலத்து மனிதனுக்குத் தேவையாக இருந்தது மூன்று 1) உணவு, 2) உடை, 3) இருப்பிடம். ஆனால் தற்கால மனிதனின் தேவையில் தொலைபேசியையும் சேர்க்க வேண்டும். வெளியுலக தொடர்புக்கு மிகவும் எளிய சாதனமாக இன்று தொலைபேசிகள் பயன்படுத்தப்படுகின்றன. தொலைபேசியில்லாக் கிராமமே நாட்டில் இல்லை என்ற நிலை வரும் நாள் வெகு விரைவில். மத்திய, மாநில அரசுகள் மற்றும் அனைத்து வாழ் மக்களையும் ஸ்தம்பிக்க வைக்கும் தொலைதொடர்பு ஒருமணி நேரம் இல்லாது போனால், இன்று வீதிகளில் அதிகமாகப் பார்க்கும் இடங்களே எஸ்டிடி பூத்துகள் என்றால் மிகையாகாது.

தகவல் தொடர்புக்கு, தொலைபேசிகள் ஆற்றி வரும் பங்கு மகத்தானது. இது ஒரு மகிழ்ச்சிக்குரிய விஷயம். இந்த உலகக் கண்டுபிடிப்புகளில் இதுவும் முக்கியமாக கருதப்படுகிறது. இது சமயம் இதனால் விளையும் சில தீமைகளையும் எண்ணிப் பார்க்க வேண்டும். தொலைபேசி நமது நேரத்தை பெரிதும் விழுங்கும் கள்வனாகவும், பொருள் நஷ்டத்தையும் தந்து நம் வாழ்வில் சங்கடங்களையும் உண்டுபண்ணும் வலிமையையும் பெற்றுள்ளது. தொலைபேசி மணியடித்ததும் சிலர் அலறியடித்துக்கொண்டு அதைத் தேடி ஓடுவார்கள். எனக்குத் தெரிந்த சில உயர் அதிகாரிகள் தொலைபேசி மணியடித்ததும், பதறிப் போய் எடுப்பார்கள். காரணம் கேட்டால் தொலைபேசியில் தொடர்பு கொள்பவர்கள். எல்லாம் பெரும்பாலும் தனது மேலதிகாரிகள் என்பார். இந்த நிலை மாறி அவசரம் என்பதற்குப் பதிலாக பொழுது போக, வீணாகக் காலம் கழிப்போர் தற்போது தொலைபேசியை முழுமையாகப் பயன்படுத்த ஆரம்பித்து விட்டார்கள். ஒரு பெரிய அதிகாரி, பெரிய மனிதர் என்றால் அவர் மேசையில் பல்வேறு தொலைபேசிகள் இருக்க வேண்டும் என்று நம்மில் பலர் நினைக்க ஆரம்பித்து விட்டார்கள்.

எனது நண்பர், ஓர் அதிகாரியைப் பற்றிப் புகழும்போது, அவரது மேசையில் எத்தனைபோன்கள், எத்தனை கால்கள் வருகின்றன. அவர் எப்போதும் சுறுசுறுப்பாக உள்ளார் என்பார். இதை இனி பெரிதுபடுத்தக் கூடாது என்ற காலக் கட்டாயம் வந்தாகி விட்டது. சில அதிகாரிகளின் கைகள் எப்போதுமே தொலைபேசியைத்தான் தாங்கிக் கொண்டிருந்தது. தற்போது பெரும்பாலோரின் கைகள் செல்போனை காதினருகில் வைத்திருக்கும் காட்சியைக் காணலாம். அதிகாரிகளின் கைபோனிலேயே இருப்பதால் பல அவசரக் கோப்புகள் மேசையை விட்டு நகராது, தூங்கிக்கொண்டிருக்கிறது. இவ்வாறு மனித வளத்தையும், காலத்தையும் வீணடிக்கும் தொலைபேசியிடம் மிகவும் எச்சரிக்கையாகவும் கவனமாகவும் இருக்கவேண்டும். அலுவலகங்களில் தொலைபேசிகளை ஒரு கட்டுப்பாட்டில் வைக்கவேண்டும். தொலைபேசி அழைப்புகளை வடிகட்டி அனுப்ப தொலைபேசி இணைப்பாளர்கட்கு போதுமான பயிற்சி அளித்தல் அவசியம். தேவையான அழைப்புகட்கு மட்டும் முக்கியத்துவம் தரவேண்டும். தொலைபேசி, அலுவலர்களின் அன்றாடப் பணியை பாதிக்காத வகையில் இருத்தல் அவசியம். சில அதிகாரிகள் தொலைபேசி தொந்தரவை சமாளிக்க தங்களது தொலைபேசியின் எண்களை இரகசியமாக வைத்திருப்பது நல்லது.

தொலைபேசி நம் நேரத்தை எப்படி வீணடிக்கிறது என்பதைத் தெரிந்துகொள்வது அவசியம். இதற்கு ஒவ்வொருவரும் தொலைபேசியை எவ்வளவு நேரம் உபயோகிக்கிறார்கள் என கணக்கிட்டுப் பார்ப்பார்களேயானால், அப்போது புரியும் தொலைபேசி தங்களது நேரம், பொருளை எப்படி வீணடித்துள்ளது என்று முக்கியமான அழைப்புகளைத் தவிர மற்றவற்றை தவிர்ப்பது நல்லது. நேரடியாக தொலைபேசியைப் பயன்படுத்துவதைத் தவிர்த்து, செயலாளர் மூலமாக தொடர்புகொண்டால் தேவையற்ற அழைப்பினைத் தவிர்க்கலாம். தொலைபேசி நாகரிகத்தினை கையாண்டு, தொலைபேசியில் நாம் பேசும்போது பேசுவதைக் குறைத்துக்கொண்டு அடுத்த முனையிலிருந்து பேசுபவரின் பேச்சுக்கு செவிசாய்க்க வேண்டும். எப்போது நாம் தொலைபேசியில் பேசினாலும் தொலைபேசி அருகில் பேனாவும், குறிப்பேடும் இருக்கவேண்டும். தொலைபேசித் தகவல்களை உடனே

குறித்துக்கொள்ள உதவும். இதனால் தொலைபேசியினை உபயோகிக்கும் இருவருக்கும் பயன் உண்டு.

எனது அனுபவத்தில் எத்தனையோ படித்து, பெரிய பெரிய பதவிகள் வகிப்பவரிடம் பேசும்போது, அவர்கட்கு ஏதாவது தகவல் சொன்னால் பக்கத்தில் பேனா இல்லை, நோட் இல்லை என்று சொல்லும் பதிலை கேட்டுள்ளேன். இதனால் நமக்கே நஷ்டம் என்றாலும் இதில் தொலைபேசி உபயோகிப்போர் அனைவருமே கவனமாய் இருக்கவேண்டும். சில சமயங்களில் முக்கியமான தகவல்களை கூட தவறவிடும் சந்தர்ப்பமும் ஏற்படும். தொலைபேசி உபயோகிப்போர் தொலைபேசி அருகில் என்னென்ற பொருட்கள் இருக்கவேண்டும் என்பதைப் பார்ப்போம். அவை முறையே

- நன்கு எழுதும் பேனா அல்லது பென்சில்
- குறிப்பெடுக்க நோட்புக் ஒன்று
- அருகில் சுழல் விசிறி சுற்றுவதாக இருப்பின் ஒரு பேப்பர் வெயிட்
- அடிக்கடி பேச விரும்பும் எண்களின் பட்டியல் அட்டவணையை சுவரில் ஒட்டிவைத்தல்
- நீங்கள் அடிக்கடி உபயோகிக்கும் உங்கள் பிரத்யேகமான டெலிபோன் டைரக்டரி
- காலிங்பெல், உங்கள் வீட்டு நபர்களை போனில் பேசும்போது அவசரமாக அழைக்க.

இதில் கவனம் செலுத்தினால் அப்போது போய் தாளையும் பேனாவையும் தேடி, நேரம் வீணாவதுடன் எதிர் முனையிலுள்ளவர்கட்கு மனதுக்குள் எரிச்சல் உண்டாகலாம். இந்த எரிச்சல் சமயத்தில் உங்கள் மீது குறைவான மதிப்பைக்கூட ஏற்படுத்தலாம். சின்னச்சின்ன தவறுகள் சமயத்தில் பெரிய நட்பினைப் பிரிக்கும் இடைவெளியாகக் கூட மாறலாம்.

தொலைபேசியில் பேசும்போது சுருக்கமாகப் பேசவும், மெதுவாகப் பேசவும், பேச முற்படும்போது உங்களது நிலையை பேசவிரும்புபவரிடம் முதலிலேயே தெரிவித்து விடவும். அதாவது

நீங்கள் அவசரத்தில் இருப்பதாகவும் இருந்தும் செய்தியைத் தெரிவிப்பதற்காக பேசினீர்கள் என்று அவர் அறிந்தால் அவரும் பேச்சை நீட்டிக்கமாட்டார். அதிகமான நேரத்தையும் எடுத்துக் கொள்ளமாட்டார். இது இருசாரருக்கும் நல்லது.

நீங்கள் யாருடனாவது அடிக்கடி தொலைபேசியில் பேச வேண்டியிருந்தால் அவர்களிடம் எந்த நேரத்தில் தொலைபேசியில் பேசலாம் எனக் கேட்டு, அதன்படி அந்த நேரத்தில் மட்டும் பேசுவதை கடைப்பிடியுங்கள், நீங்கள் எந்தெந்த நேரங்களில் தொலைபேசி அறையில் இருக்கமாட்டீர்களோ அந்த நேரத்தை செயலாளரிடம் சொல்லி விடுங்கள். அந்த வேளையில் உங்களுக்கு தொலைபேசி அழைப்பு வந்தால் செயலாளர் குறித்து வைத்து உங்களுக்கு கொடுக்கும்படி ஏற்பாடு செய்து விடுங்கள். இதனால் முக்கிய செய்திகள் உங்களை கண்டிப்பாய் வந்தடையும். நீங்கள் தொலைபேசியை உபயோகிக்க விரும்பினால் உங்கள் சிந்தனைக்கு சில

- இந்த தொடர்பு அவசியந்தானா?
- பேசும் முன் என்னென்ன பேச வேண்டும் என முடிவு செய்துவிட்டீர்களா?
- நீங்கள் பேச விரும்புபவர் இல்லையானால் நீங்கள் என்ன செய்ய உத்தேசித்துள்ளீர்கள்.
- நீங்கள் முயற்சி செய்து பேசியவர் தொலைபேசியில் வந்தால் அவரிடம் பேச வேண்டிய குறிப்பை தயார் நிலையில் வைத்திருக்கிறீர்களா?
- எந்த தொலைபேசி வந்தாலும், குறிப்பெடுக்கும் நிலையில் எப்போதும் தயார் நிலையில் உள்ளீர்களா.

இதனால் நேரம் வீணாவதைத் தடுப்பதுடன் தொலைபேசி நேர இடைவெளியைக் குறைத்து பேச முற்படுவோர் இருவருமே மகிழ்ச்சியுடன் இருப்பார்கள்.

தொலைபேசி அழைப்புகளுக்கு திட்டமிடுதல் அவசியம். நாம் அன்றாடம் தொடர்புகொள்ள வேண்டிய அத்தனை டெலிபோன்

எண்களையும் வரிசைப்படுத்தி, எந்த நேரத்தில் யாருடன் தொடர்பு கொள்ளலாம் என எழுதி வைத்து அதன்படி செய்யமுற்பட்டால் நாம் வெற்றிகரமாக தொடர்புகொள்வதுடன் நமது நேரமும் காலமும், வளமும் பயனுடையதாக அமையும். இவ்வாறு நமக்கு வரும் தொலைபேசி அழைப்புகளையும், நாமே தொடர்புகொள்ளும் அழைப்புகளையும் நேரம் வீணாகாமல் நிர்வகிக்கக் கற்றுக்கொண்டால் தொலைபேசி நமக்குத் தொல்லைதரும் உபகரணமாக அமையாது. நம் நேரத்தையும் வளத்தையும் நமக்கே நல்லவிதமானபடி வழங்கும் என்பது நிச்சயம்.

S. பயணம்

பயணங்கள் இன்றியமையாதவை. மேலும் பயணங்கள் தவிர்க்க முடியாதவை. நாம் அலுவலக வேலைக்காக பயணம் செய்யலாம். நம் சொந்த நலனுக்காகவும் பயணம் செய்யலாம். தவிர்க்க முடியாத சமூக உறவுகளுக்காகவும் நாம் அடிக்கடி பயணம் மேற்கொள்ளலாம். பயணங்கள் காலத்தை கரைப்பவை. சிவகாசியில் உள்ள சிலர் சுமார் ஆறு மாதகாலம் இந்தியா முழுமைக்கும் பயணம் செய்து காலண்டர்கட்கு ஆர்டர் சேகரிப்பவர்கள் உண்டு. சில நிறுவனங்களில் பயணம் செய்து ஆர்டர் சேகரிப்புக்கு ஆள்தேவை என்ற விளம்பரங்களும் வருவதுண்டு. இந்தப் பயணங்கள் நேரத்தை விழுங்குபவை. எனினும் பயண நேரங்களை பயனுள்ளதாக்க முடியும். சென்னை, மும்பாய், கோல்கத்தா, டெல்லி போன்ற பெருநகரங்களில் பணிபுரிவோர் தங்களது அலுவலகங்கட்குச் சொல்ல பல கி.மீ. பயணங்களை காலையிலும், மாலையிலும் செய்ய வேண்டியுள்ளது. இப்பெரு நகரங்களில் வசிப்போர் அலுவலகத்திற்கும், கல்லூரிக்கும், தொழிற்சாலைகட்கும் சென்றுவர பலமணி நேரங்கள் பயணத்திற்காக மட்டும் செலவாகிறது. இப்பயண நேரத்தில் சிலர் நாளொன்றுக்கு இரண்டு மணி முதல் நான்கு மணி நேரத்தை வீணாக்குகிறார்கள். இப்படி வீணாகும் நேரத்தை மிச்சப்படுத்த வேண்டும் அல்லது பயனுள்ளதாக மாற்றியமைக்க வேண்டும்.

பொதுவாக அன்றாடப் பயணங்கள் செய்வோர் காலையிலும் மாலையிலும் பயணம் செய்ய வேண்டியிருக்கும். இதில் மாணவர்கள், அலுவலகம் செல்வோர், சிறு சிறுவியாபாரிகள், அவசர காரியமாக செல்வோர் என பல பிரிவுகள் உண்டு.

காலையிலும் மாலையிலும் பொதுவாக தொடர் வண்டி மற்றும் பேருந்துகளில் மிகுந்த நெரிசல் இருக்கும். இதில் நேரத்தைக் கணக்கிட்டு சிறிது முன்னதாகவே புறப்பட்டால் உட்கார தொடர் வண்டிகளிலும், நகரப் பேருந்துகளிலும் இடம் கிடைக்கும். இப்படி வசதியாக பயணத்தை மேற்கொண்டால், புத்தகங்கள், பத்திரிக்கைகள் படிக்கலாம். நூல்கள் படிக்கவும் முடியும். மாணவர்கள் தங்கள் வகுப்புப் பாடங்களையும் படிக்கலாம். இதனால் பயண நேரம் நன்கு பயன்படுத்தப்படுவதுடன், நேரமும் காலமும் பயனுள்ளதாக அமைந்த திருப்தியும் உள்ளத்திற்கு கிடைக்கும்.

சிலருக்கு பயணமும் அலுவலும் ஒன்றாக அமைந்து விடும். விற்பனைப் பிரிவில் பணிபுரிவோர் தங்கள் அன்றாடப் பயணத் திட்டத்தை முன்னதாகவே தீட்டிக்கொள்வர். பயணப் பாதையையும் வகுத்துக் கொள்வர். மதுரையிலிருந்து திருநெல்வேலி செல்ல வேண்டும் என்றால் எந்தெந்த வழியாகப் போனால் அந்த வழிகளில் யார் யாரைப் பார்க்கலாம் என்று திட்டமிடுவது, பயண நேரத்தைச் சிக்கனப்படுத்துவதுடன் விற்பனை குறியீட்டை நிறைவேற்றுவதில் முழுக்கவனம் செலுத்தலாம். சொந்த ஊர்திகளில் பயணம் செய்வோர், எந்த நேரத்திலும் புறப்படத் தயாராக உள்ள நிலையில் ஊர்திகளை நன்கு பராமரித்து வைத்திருக்க வேண்டும். நல்ல பராமரிப்பு இல்லையெனில் ஊர்தி பாதி வழியில் சரியாக இயங்காமல் போய்விடும். இதனால் கால விரயத்துடன் திட்டமிட்டபடி வேலை செய்யவும் முடியாது. ஆகவே பயணங்கள் பயனுள்ளதாகவும் கால விரயமும் ஏற்படாதவாறு பார்த்துக்கொள்ளவேண்டும். வெளியூர் பயணம் செய்பவர்கள் பல முன்னெச்சரிக்கை நடவடிக்கைகளை மேற்கொள்ள வேண்டும். அப்படி முன்னெச்சரிக்கை இல்லாது பயணத்தை மேற்கொண்டால் பயணத்தை பாதிவழியிலேயே நிறைவு செய்ய வேண்டிவரும்.

பயணத்திட்டம் தயார் செய்யும்போது எல்லாவிதமான குறியீட்டையும் செய்து முடிப்பதற்கான அலுவலகக் கடிதங்களையும், தபால் அனுப்புவதற்கான உபகரணங்களையும் எடுத்துக் கொள்வது அவசியம். இதுபோல் சொந்த உபயோகத்திற்குத் தேவையான உடைகள், பணம் மற்றும் பல்துலக்கும் பிரஷ், சோப்பு போன்ற இதர சாமான்களையும் எடுத்துச் செல்வதால் பயணம்

திட்டமிட்டபடி நடைபெற வேண்டிய வசதிகளைப்பற்றிக் கவலைப்படாமல் காரியங்களைக் கவனிக்கலாம்.

நாம் பயணத்தை மேற்கொண்டு பயணத்தில் இருக்கும்போது அலுவலகமோ, வீட்டிலுள்ளவர்களோ அவசரமாக தொடர்புகொள்ள வேண்டிய சூழ்நிலை ஏற்பட்டால் அதற்கான முன்யோசனை தேவை. பயணத்திட்டத்தின் ஒரு காப்பி அலுவலகத்தில் இருக்கும். வேறு ஒரு காப்பியை வீட்டில் கொடுத்துச் செல்லவேண்டும். பயணம் சென்றால் ஒவ்வொரு ஊரிலும் நமக்கு ஒரு மேற்பார்வை விலாசத்தை விட்டுச் செல்ல வேண்டும். இதனால் அவசரமாக நம்மிடம் தொடர்புகொள்ள யார் விரும்பினாலும் தகவல் தொடர்பால் கணிசமான நேரத்தையும், பணத்தையும் மிச்சப்படுத்தலாம்.

வெளியூர்ப்பயணம் செல்வது எனக்கு 10 வருட காலமாக இருந்தது. ஆகவே ஓரிரு நாட்கள் பயணம் செல்வதானால் அதற்கு ஒரு பெட்டி, ஒரு வாரம் 10 நாட்கள் பயணம் என்றால் அதற்கு ஒரு பெட்டி, 10 நாட்களுக்கு மேல் ஒரு மாதம் வரை என்றால் அதற்கென ஒரு பெட்டி என மூன்று நான்கு பெட்டிகள் வைத்திருப்பது வழக்கம். ஒவ்வொரு பயண காலத்தைப் பொறுத்து பெட்டியில் எடுத்துச் செல்லும் பொருட்களும் பெட்டியின் அளவும் வேறுபடும். பயணத்திற்குத் தேவையான பொருட்களை எடுத்துச் செல்வதில் கவனம் தேவை. மலைப்பிராந்தியங்கட்கு பயணம் செய்ய வேண்டுமானால் அதற்கென தேவையான உடைகளையும் எடுத்துச் செல்ல வேண்டும். வெளியூர்ப் பயணத்தின்போது நாம் யாருடனாவது தொலைபேசியில் தொடர்புகொள்ள முடியாது போனால் ஒரு கடிதத்தை எழுதிப் போடுவது நல்லது. நாம் எதிர்பார்க்கும் வேலை நடைபெற இக்கடிதம் உதவக்கூடும்.

பயணத்தை எல்லாவகையிலும் நல்லபடியாகப் பயன்படுத்தத் தெரிந்தவர்கள் வாழ்க்கையில் மிகவும் முன்னேற வாய்ப்புண்டு. பயணத்தின்போது தொடர் வண்டியில் பல நூல்களைப் படிக்கலாம். சிலர் நூல்கள் எழுத சிந்திப்பதும், குறிப்பெடுத்து வைப்பதும் உண்டு என்னைப் பொறுத்தவரை பயணங்கள் எனக்கு பயனுள்ளதாகவே அமைந்துள்ளது. பல நூல்களைப் படிக்கவும், படித்த குறிப்புகளை எழுதவும் பின்னர் குறிப்பினை வைத்துக்கொண்டு கட்டுரைகள் எழுதவும் பயன்பட்டன. சில பணிகளை நாம் பயணத்தின் போது

பெ. வேலுச்சாமி 101

சிந்தித்து அது பற்றிய அறிக்கை தயாரிக்கலாம். பயணங்களினால் பல அனுகூலங்கள் உண்டு என்பது அவரவர் செயல்பாட்டுத் திறனைப் பொறுத்தது. சிலருக்கு பயணங்களில் பணிக்கப்பட்ட வேலைகளை செய்ய முடியாது போவதும் உண்டு. சில கடினமான வேலைகளைப் பற்றி சிந்தித்து முடிவெடுக்க பயணங்கள் பாதை வகுக்கும். பயணங்களின்போது யாருடைய குறுக்கீடும் தலையீடும் இன்றி, நாமே சிந்தித்து முடிவெடுக்கலாம். பயிற்சி வகுப்புகளுக்காகவும், கருத்தரங்குகளுக்காகவும், கட்டுரை எழுத முற்பட்டால் பயணங்களில் பலனளிக்கும்.

பயணங்களில் பலவிதமான நன்மைகளுண்டு. அலுவலகத்திலேயே உட்கார்ந்து பணிபுரிபவர்கட்கும் பயணங்கள் மேற்கொண்டு, பல நகரங்களையும், ஊர்களையும் பார்ப்பவர் பலவிதமான மனிதர்களுடன் பழகும் வாய்ப்பும் அனுபவமும் கிடைக்கிறது. இந்த மாதிரியான அனுபவம் எந்த நூலையும், புத்தகத்தையும் படித்தால் கிடைக்காது. பல கலாசாரங்களை கண்டுகளிக்கும் வாய்ப்பு பயணத்தில் கிடைக்கிறது. பயணத்தின் போது நேரம் வீணாவதைத் தடுத்து, நேரத்தின் மதிப்பை உயர்த்தும் வழிகளில் கவனம் செலுத்தலாம்; நேரத்தை பயனுள்ளதாக்கி பண்பட்ட மனிதராகலாம்.

T. பதவிகளின் ஆதிக்கம்

எந்த ஒரு நிறுவனமும் பல பதவிகள் கொண்டது. குறிப்பாக தலைவர், உபதலைவர்கள், காரியதரிசி, நடத்துனர்கள், நடத்துனர்களில் நிதி, நிர்வாகம் இன்னும் சில. பொது மேலாளர்கள், துணை பொது மேலாளர்கள், மேலாளர்கள், உதவி மேலாளர்கள், மேற்பார்வையாளர்கள், தொழில் நுட்பப்பிரிவு பணியாளர்கள் எனப் பல உண்டு. இவ்வாறான பதவிகள் உருவாக்கப்படும்போது தேவையின் அடிப்படையில்தான் உருவாக்கம் செய்வதுண்டு. இதற்குக் காரணம் நவீன மேலாண்மை வழிமுறைகள் வெற்றியைத் தருவதால்தான்.

பொதுவாக மேலாண்மை உத்திகளின் அடிப்படையில் ஆரம்பித்த நிறுவனத்தில் வேலைக்கு ஆட்கள் என தேர்ந்தெடுப்பார்கள். ஆனால் சில நிறுவனங்களில் மனிதாபிமான அடிப்படையிலும், மண்ணின் மைந்தர்கட்கு வேலை கொடுக்க வேண்டும் என்ற அடிப்படையிலும் வேலைக்கு ஆட்களை சேர்க்க வேண்டிய நிலைக்கு நிர்வாகம் தள்ளப்படுகிறது. இவ்வாறு

நியமிக்கப்பட்ட நபர்களுக்கென பணிகள் உருவாக்கப்படுகின்றது. இதனால் சில குழு ஒழுக்கம் சிதையும் வாய்ப்பு ஏற்படுகிறது. இவ்வாறு நிறுவனம் சில வழிவகைகளை ஏற்படுத்தும்போது கால விரயமும் பண விரயம் ஏற்பட சந்தர்ப்பமுள்ளது. நவீன மேலாண்மை உத்திகளின் படி என்னென்ன பணிகள் உள்ளன என ஆராய்ந்து அந்தந்தப் பணிக்கு ஆட்களை தேர்வு செய்யவேண்டும்.

பணிக்கூறுகளை அட்டவணைப்படுத்தும் போது ஒரே வகையான வேலைகளை இருவருக்கு வருமாறு தீர்மானம் செய்யக் கூடாது. இவ்வாறு இரு சாரர் ஒரு வேலையை செய்யும் போது, வேலை ஒழுங்காக நடைபெறாது, கால விரயமும் ஆகும். தொழிற்சாலைகளில் உள்ள எல்லா வேலைகளையும் ஆராய்ந்து, அதன் வேலைப் பளுவினைக் கணக்கிட்டு, பணிப்பகிர்வு சமமாக இருக்கவேண்டும். இவ்வாறில்லாது இருக்குமாயின் பணியாளர்களிடையே ஒழுக்கம் குறைவதற்கு ஏதுவாகும். இலகுவான வேலை செய்பவர் வேலைக் குறைவால் சோம்பேறியாவதுடன் தனது நேரத்தை வீணே கழிப்பது மற்றவர்களிடையே காழ்ப்புணர்ச்சியை உண்டுபண்ணும். வேலைப்பளு அதிகமுள்ளவர், வேலையின் பளு அதிகரிப்பால் வெறுப்புக்கொள்வதுடன் கோபத்தினால் மற்றவர்களுடன் சண்டை போடக் கூட வாய்ப்புண்டு. மேலும் கடின வேலை செய்பவர்கள் மனக்கசப்படைந்து ஈடுபாட்டை இழந்து விடுவார்கள். இந்த சூழ்நிலையால் பணியும் பாதிக்கப்படும், கால விரயமும் ஏற்படும். ஒரு நிறுவனத்தின் கொள்கையில் அசைக்க முடியாத எண்ணமாய் இருக்க வேண்டியது என்னவெனில், பணியாளர்களிடம் சமமான ஈடுபாடும், அக்கறையும் காட்டவேண்டும். அப்போதுதான் பணியாளர்கள் நிறுவனத்தின் மீது ஒருமித்த ஒழுங்குடன் பணி செய்வார்கள். நிறுவனம் பணியாளர்களுக்கு காட்டும் ஆதரவை அதே பணியாளர்கள் நிறுவனத்துக்கும் காட்டினால் எந்தவிதமான வளமும் குறையாது. காலமும் கணிசமாக மிச்சமாகும்.

நிறுவனங்கள் பணியாளர்களிடம் காட்டும் பாரபட்சமின்மையை வெளிப்படுத்துவது நிறுவனம் பணியாளர்கள் அனைவர்க்கும் எல்லாப் பிரிவுகளிலும் பயிற்சியளித்து, அவரவர் ஊக்கத்திற்கும் ஆர்வத்திற்கும் ஏற்ற துறைகளில் பணி செய்ய உத்தரவு இடவேண்டும். வேண்டும் போது பணிப்பிரிவுகளில் அவர்கட்கு மாற்று வேலை தந்து அவர்களை உற்சாகப்படுத்த வேண்டும்.

சுழற்பயிற்சி முறையால் எல்லாரும் எல்லா தொழில் நுணுக்கங்களில் அனுபவம் பெறும் வாய்ப்புண்டு. எப்போதாவது எதிர்பாராதவிதமாக ஒருவர் பணிக்கு வர முடியாது போனாலும், அந்தப் பணி பாதிப்படையாது, காரணம் அவரது வேலையை அடுத்தவர் மனமுவந்து செய்வார். இதனால் பணியில் எந்த பின்னடைவும் ஏற்படாது. இச்சூழ்நிலை உள்ள நிறுவனத்திற்கு ஒருவர் வேலைக்கு வர முடியாது போனாலும் பாதிப்பு ஏற்படுவதில்லை. புதிதாக அந்த விடுமுறை வேலை செய்தவருக்கும் ஆர்வம் உண்டாகும். விடுமுறையில் சென்றவருக்கும் தான் வேலைக்கு வராத நாட்களிலும் பணி செவ்வனே நடைபெற்றதற்கு நன்றியையும் செலுத்துவார். சுழல் முறையில் ஈடுபட்ட பணியாளரும் மகிழ்வடைவார். மேற்பார்வையில் உள்ள சூப்பர் வைசர்கள் ஒவ்வொருவருக்கும் போதுமான அளவில் அவருடன் பணிபுரிய தொழிலாளர்கள் ஒதுக்கப்படவேண்டும். ஆகவே மேற்பார்வை செய்யும் அலுவலர்களைத் தேர்வு செய்யும் போதும் அவர்கட்கு போதுமான தொழிலாளர்களை ஒதுக்கும்போதும் அவர்கட்கு அதிகாரம் வழங்கும்போதும் நிர்வாகம் மிகுந்த அக்கறை எடுத்துக்கொள்ள வேண்டும். இவ்வாறு இல்லையெனில் பதவிகளின் ஆதிக்கம் நிறுவனத்தை நிலை குலையச் செய்துவிடும். பணியாளர்கள் தங்களது மேற்பார்வையாளர்களை அணுகுவதிலும், மேற்பார்வையாளர்கள் தங்களது குழுவில் பணிபுரிபவர்களை அணுகுவதிலும் எவ்விதமான இடர்ப்பாடுகள் அமையாது இருக்க வேண்டும். தொடர்புகள் ஒவ்வொரு பணியாளர்கட்கும் எளிமையாக்கப்பட வேண்டும். பதவி ஆதிக்கம் என்ற சொல்வராது, குழுவேலை என்ற எண்ணமுள்ள நிறுவனம் சாதனைகள் புரிவதுடன், வளமான எதிர்காலத்தை எதிர்கொள்ளும்.

U. பார்வையாளர்கள்

பெரிய, பெரிய நிறுவனங்கள் தங்களது நிர்வாகத் திறமையில் எங்காவது விரிசல் ஏற்பட்டுவிடக்கூடாது என்பதற்காக ஏற்படுத்தப்பட்ட ஒன்றே பார்வையாளர் நேரம். இந்தப் பார்வையாளர் நேரம் என்பது பயனுள்ள நேரம். நிர்வாகத்தினர் தங்களது வாடிக்கையாளர், தங்களால் பாதிக்கப்பட்டவர்கள், ஆலோசனை வழங்குபவர்கள் என்பவர்களை அலுவலகத்திற்கு

வரவழைத்து அவர்களிடம் 'நேருக்கு நேர்' பேசும் வாய்ப்பினைத் தருவதே இந்த பார்வையாளர் நேரம். இந்த நேரம் இரு சாரருக்கும் பயனுள்ள நேரம் என்பது யாராலும் மறுக்க முடியாது. ஆனால் சில நிறுவனங்களில் பார்வையாளர் நேரம் தவறுதலாகப் பயன்படுத்தப்படுகிறது என்பதும் உண்மை. நண்பர்கள், உறவினர்கள் போன்றவர்களையும் பார்வையாளர் நேரத்தில் அனுமதித்து அளவளாவுவது சில அதிகாரிகளின் அன்றாடப் பொழுதுபோக்கு. மேலும் பெரும்பாலான பெரிய அலுவலகங்களில் பார்வையாளருக்கென ஒதுக்கப்பட்ட நேரம் மிகக் குறைவு. அந்த நேரமும் ஒரு வசதிப்படாத நேரமாக கணித்திருப்பார்கள். சில அலுவலகங்களில் பார்வையாளர் நேரத்தில்தான் இலாகா கூட்டங்கள் நடைபெறும். ஓர் அலுவலகம் சென்றேன் பார்வையாளர் நேரம் நண்பகல் 12.00 முதல் 12.30 வரை. இன்னொரு அலுவலகத்தில் மாலை 2.00 முதல் 2.30 வரை. இந்த மாதிரி பார்வையாளருக்கான நேரம் ஒதுக்கப்பட்டிருந்தாலும், அந்நேர ஒழுங்கைப் பின்பற்றுவதில்லை. சில அலுவலகங்களில் பார்வையாளருக்கென தனிநேரம் கிடையாது. ஆனால் காலை 10.00 மணிக்குப் போனால் பார்வையாளர் மாலை 5.10 மணி வரை கூடக்காத்திருக்க வேண்டியது ஏற்படும்.

நேரத்தைக் கொள்ளையடிப்பதில் சில பார்வையாளர்களுக்குப் பெரும் பங்குண்டு. அலுவலகத்தில் தான் பார்வையாளர்கள் என்றால், நேரத்தின் மதிப்பைத் தெரியாத சிலர் இல்லங்களிலும் வந்து, அலுவலக விஷயத்தைப் பேச வருவார்கள். இவர்களை முதலிலேயே நாசூக்காகக் கட்செய்து விட வேண்டும். நாம் இல்லத்தில் சுதந்திரமாக இருக்க விடாத பார்வையாளர்களை பக்குவமாக அனுப்பிவிடவேண்டும். இப்படியும் பார்வையாளர்கள் தொந்தரவைத் தவிர்க்க விரும்புவோருக்கு அடுத்து சோதனைகளும் வேதனைகளும் உண்டு. நம் இல்லத்தரசிக்கு ஏராளமான வேலைகள் காத்திருக்கும்போது, அடுத்தடுத்த வீட்டுப் பெண்கள் வீண் வம்பளப்பிற்காக வந்து கூடிவிடுவார்கள். இந்த இக்கட்டான சூழ்நிலையை இதமாக கையாளும் திறமை ஒரு சில இல்லத்தரசிகளுக்குத்தான் இயலும். மற்றவர்கள் கதை பேச வந்தவர்களை கண்ணியமாக நடத்துவதாக எண்ணி நேரத்தையும், வளத்தையும் வீணடிக்க வேண்டியது வரும்.

பார்வையாளர்களின் நடவடிக்கைகளை அறிந்து அவர்களை அனுப்பி வைக்கக் கற்றுக்கொள்ள வேண்டும்; இல்லாது போனால்

நேரம் வீணாவதுடன் அலுவலக பணிகள் தாமதமாகி, காலம் பாழடிக்கப்படும். பார்வையாளர்கட்கான குறிப்பிட்ட நேரம் தவிர மற்ற நேரங்களில் அவர்களைச் சந்திக்க அனுமதிக்கக் கூடாது. பார்வையாளர்களைச் சந்திக்க குறிப்பிட்ட நேரங்களில் கண்டிப்பாக அறையில் இருந்து பேட்டித் தரவேண்டும். பார்வையாளரின் நியாயமான வேண்டுகோளை உடனே பரிசீலித்து தக்க நடவடிக்கை எடுத்து ஆவன செய்துவிடவேண்டும். முடியவில்லையானால் சாரி, மன்னித்துவிடுங்கள் என்று சொல்லிவிட்டு அடுத்த நபரை வரச்சொல்லுங்கள். பார்வையாளர் நேரத்தை மதித்து, பெரும்பாலானவர்களை சந்தித்து, பார்வையாளர் நேரத்தை பயனுள்ளதாகச் செய்யவேண்டும். உங்களைப் பார்க்க வந்தவருக்கு உங்களால் உதவ முடியவில்லையானாலும் அவர் உங்கள் மீது வருத்தத்துடன் செல்லாமல் இருப்பது நல்லது.

பார்வையாளர்கள் பல விதமாக இருப்பார்கள். அவர்களது வருகையின் முக்கியத்துவத்தை மனதில்கொண்டு, தக்கவாறு சமாளித்து, நேரத்தை வீணாக்காது அனுப்பி வைப்பவரே ஒரு சிறந்த நிர்வாகத் திறன்கொண்டவர் என்பதற்கு எடுத்துக்காட்டு. சில சமயம் பார்வையாளர்கள் விற்பனைப் பிரதிநிதிகளாக இருப்பார்கள். இந்த மாதிரி பார்வையாளர்களை அதிகம் பேசவிடாமல் அவரிடம் சுருக்கமாகச் சொல்லச் சொல்லி கேட்டு விட்டு, பொருள் பற்றிய விவரங்களைப் பெற்றுக்கொண்டு உடன் அனுப்பிவிடவேண்டும். பார்வையாளர்கள் வந்த வேலை முடிந்துவிட்டால் தயக்கமில்லாது, அவரிடம் "உங்கள் வேலை முடிந்துவிட்டது" என எழுந்து நின்று, அவரிடம் கைகுலுக்கி வழி அனுப்பி விடத் தயங்கக் கூடாது.

சில அவசர வேலைகள் இருக்கும் சமயம் பார்வையாளர்களைச் சந்திக்காமல் இருப்பது நல்லது. இதனால் கால விரயம் ஏற்படுவதில்லை. முக்கியமான வேலைகளில் கவனமும் செலுத்தலாம். அலுவலக வேலை மற்றும் பார்வையாளர்கள் அதிகமாக இருக்கும் காலங்களில் அலுவலகம் வரும் நேரத்தில் சிறிது முன்னதாக வந்தால் அதிகப்படியான வேலைகளைக் கவனிக்கலாம். அதேபோல் மாலையிலும் அதிகமாக ஒரு சில மணி நேரம் வேலை செய்து, வேலைப் பளுவைக் குறைக்கலாம். நீங்கள் வேலை செய்யும் அறை உங்களுக்கே சொந்தம் என எண்ணி மற்றவர்கள் கூடும் அறையாக மாற்றி விடாதீர்கள். நம் அலுவலக ஊழியர்களே

சில சமயங்களில் பார்வையாளராக தங்களது கோரிக்கைகளைக் கூற உங்களிடம் வரலாம். இது சமயத்தை அலுவலக வேலை மேலும் சிறப்பாக நடைபெற பயன்படுத்தவும் தயங்காதீர்கள்.

பார்வையாளர் நேரம் என ஒதுக்குவதுபோல் 'அமைதி நேரம்' என மேலை நாட்டில் வேலைகள் ஒரு வித சந்தடி இல்லாமல் நடப்பதற்காக அனுசரிக்கிறார்கள். அதுபோன்ற நடவடிக்கை நமது அலுவலகங்களிலும் இருந்தால், அதிகப்படியான வேலை அமைதி நேரத்தில் நடக்க வாய்ப்புள்ளது.

பார்வையாளர்கள் அதிகமாக வரும் அலுவலகங்கள் செயலாளர்கள் மூலம் செயல்பட வேண்டும். இவ்வாறு செய்வதால் சின்னச் சின்ன காரியங்கட்காக வருபவர்கட்கு செயலாளரே வழிகாட்டி விடலாம். வேறு துறைக்கு செல்ல வேண்டிய பார்வையாளர்களை அந்த துறைக்குச் செல்ல வழிகாட்டலாம். பார்வையாளர்கள் நமக்கு முக்கியமானவர்கள் அவர்களின் மூலம் நம் நிறுவனம் பல நன்மைகள் பெறலாம். அவர்களை நாம் கையாளும் முறைகள் எல்லாரும் பாராட்டும்படியாக அமைவதே நமது குறிக்கோள்களில் ஒன்று. அடுத்த குறிக்கோள் நம் காலத்தையும், வளங்களும் வீணாகாமல் இருக்க நாம் எச்சரிக்கையுடன் இருப்பதே.

V. மறதி

நாம் அதிகமாக பேசும் வார்த்தைகளில் நம்மை காத்துக்கொள்ள உபயோகிக்கும் வார்த்தை "நான் மறந்துவிட்டேன்" எனும் மறதி என்ற வார்த்தையே. நமது காலத்தின் கள்வனாய் மறதியை கூறலாம். மறதி என்பது மன்னிப்புக்கோர வேண்டிய இடங்களில் முதலில் உபயோகப்படும். ஒருவர் சொல்லிய காரியத்தை அல்லது பணியை நாம் செய்ய மறந்து போவது இயற்கை. இந்நிலையில் நாம் கூறும் வார்த்தை "தயவு செய்து மன்னித்துக்கொள்ளுங்கள் மறந்துவிட்டேன்" என்பதுதான். மறதி என்பது ஓர் அங்கீகரிக்கப்பட்ட குற்றம். இம்மறதி சிலசமயம் பெரிய இக்கட்டான சூழ்நிலையையும் உண்டுபண்ணும். நாம் எதை நினைவில் வைத்திருக்க விரும்புகிறோமோ அதை விரைவில் மறந்து விடுகிறோம். தேர்வுக்காக இரவு பகலாக முழு முயற்சி எடுத்து

செ. வேலுச்சாமி

படித்துவிட்டு, தேர்வில் எழுத உட்கார்ந்ததும் அனைத்தையும் மறந்துவிட்டு, அல்லலுறும் மாணவர்களைப் பார்த்திருக்கிறோம். ஆகவே மறதி விளைவிக்கும் நஷ்டம் ஒரு புறம் இருந்தாலும் மறதி என்பது குற்றம்தான்; ஆனால் மன்னிக்கப்பட வேண்டிய குற்றம்.

மறதி என்பது அன்றாட வாழ்வில் நாம் செய்ய வேண்டிய கட்டாயமான கடமைகளைச் செய்யாமலிருந்தபோது கூறும் வார்த்தை மறந்துவிட்டேன். எந்தக் காரியம் செய்யவும் ஒரு கடைசி நாள் என்று ஒன்று உண்டு. அதில் சிலவற்றைப் பார்ப்போம்.

- ஆயுள் காப்பீட்டுத் தொகை கட்டவேண்டிய கடைசிநாள்.
- ஓட்டுனர் உரிமம் புதுப்பிக்க வேண்டிய கடைசி நாள்.
- பாஸ்போர்ட் புதுப்பிக்க வேண்டிய கடைசிநாள்.
- மின் கட்டணம் கட்ட வேண்டிய கடைசிநாள்.
- தொலைபேசிக் கட்டணம் கட்ட வேண்டிய கடைசிநாள்.
- பரீட்சைக்கு பணம் கட்ட வேண்டிய கடைசி நாள்

என பலவிதமான கடைசி நாட்களை நாம் ஞாபகத்தில் வைத்து கால தாமதத்தையும் பொருள் இழப்பையும் தவிர்க்க வேண்டும்.

மறதியின் காரணமாக நாம் வீடுகளில் அலுவலகங்களில் தேடும் படலங்களைப் பார்த்திருப்போம். வீடுகளில் குழந்தைகள் தங்களது புத்தகங்களையே, எங்கு வைத்தேன் மறந்துவிட்டதே என்று தேடுவதைப் பார்த்திருக்கிறோம். இல்லத்தரசிகள் சிறு சிறு பொருட்களை எங்கே வைத்தேன்? என தேடுவதைப் பார்த்திருக்கிறோம். அலுவலகங்களில் எழுத்தர்கள், கோப்புகளைத் தேடுவதும் நாம் கண்டும் கேட்டும் ரசித்த காட்சிகள். சிலர் தேடும் பொருட்களையே என்ன தேடுகிறேன் மறந்து விட்டதே என்பார்கள். தேடுதல் என்பது மறதியின் விளைவால் வந்தவினை, மறதியால் எத்தனையோ தொல்லைகள், பேனாவைக் காணோமே, சாவியைக் காணோமே, மூக்குக் கண்ணாடியைக் காணோமே, பர்சைக் காணோமே என தேடுபவர்கள் பலர். ஒரு சிலர் இங்க தானே வைத்தேன். காணோமே என்பார்கள். மறதியின் பால் விளையும் தேடுதல் ஒரு சாதாரண நிகழ்ச்சி. ஆனால் இதனால் ஏற்படும் கால விரயமும், பொருள் விரயமும் மறதிக்கு ஏற்படும் தண்டனை. சிலர் பயணம் முடிந்து

வீடு திரும்பும்போது பொருள்களில் ஏதாவது ஒரு பெட்டியை பேருந்திலோ, புகை வண்டியிலோ அல்லது ஆட்டோவிலோ மறந்து போய்விட்டு அல்லல்படுபவர்களையும் நாம் பல சமயங்களில் பார்த்துள்ளோம். மேலும் இழந்த பொருட்களை மீண்டும் பெற அவர்கள் போலீஸ் ஸ்டேஷன், வக்கீல் வீடு கோர்ட்டு போன்ற பல இடங்களுக்குச் சென்று வரும் காலமும் ஆகும் செலவும் அதிகம். இத்தனை சஞ்சலத்துக்கும் மன உளைச்சலுக்குமிடையே இழந்த பொருள் கிடைக்காமலேயே போகலாம். எல்லாவற்றிற்கும் மூலகாரணம் மறதியே. இத்துடன் வேறு பல நஷ்டங்களும் உண்டு. இதுபோன்ற இழப்பு போக மறதியின் விளைவாக நம் குடும்பத்தினரின் வெறுப்பையும், சமயங்களில் மேலதிகாரிகளின் வெறுப்பையும் சம்பாதிக்க வேண்டியிருக்கும்.

சாதாரணமாக வீட்டில் ஊருக்குப் போகும்போது, சொல்லிவிட்ட பொருள்களை மறதியின் காரணமாக வாங்கி வராதவர்கட்கு வீட்டிலுள்ளவர்களின் கோபத்திற்கு ஆளாக நேரிடும். எவ்வளவுதான் சமாதானம் சொன்னாலும் இது போன்ற சமயங்களில் மறதிக்கு மன்னிப்புக் கிடைக்காது. மறதிக்கு இன்னும் சில எடுத்துக்காட்டுகள்.

1. ஒரு நண்பரிடம் ஒரு குறித்த இடத்திற்கு வரச்சொல்லி, அங்கு அவர் மணிக்கணக்காக காத்திருக்க மறதியின் காரணமாக போகாது இருப்பின், நண்பரின் மனம் எப்படி இருக்கும்? என கற்பனை செய்து பாருங்கள்.

2. அவசரம் என அதிகாரி சொன்ன வேலையை மறதியின் காரணமாக செய்யாது இருப்பின் என்ன நிலை என்று எண்ணிப்பாருங்கள்.

3. குடும்ப நண்பர் டிரெயினுக்கு வரச்சொல்லி தொலைபேசியில் பேசியதை மறந்து, புகைவண்டி நிலையத்துக்கு போகவில்லையெனில் நமது நிலை என்னவாகும்.

எனவே மறதி என்பது நமது முன்னேற்றத்துக்கான தடை. மறதியின் சகோதரர்கள் சோம்பல், தூக்கம், தாமதம். இந்த மூன்றுமே மறதியுடன் போட்டி போட்டு ஒருவரின் முன்னேற்றத்தைத் தடை செய்யும் தடைக்கல்லாகும். ஆகவே மறதியால் நமது செயல்கள் தாமதப்படுகின்றன. நமக்குக் கிடைக்கவேண்டிய

வெற்றி வாய்ப்பும் கை நழுவிப் போய்விடுகின்றன. நமது நேரமும் வீணாகிப்போகிறது. நேரம் வீணாவதால் காலமும் வீணாகிப்போகின்றது. மறதியால் நமக்கு எவ்வளவோ திறமைகள் இருப்பினும் பல செயல்கள் நடைபெறாது போவதுடன் நமது பெயருக்கும் அவ்வப்போது களங்கமும் ஏற்படுகின்றன. நமக்கு கிடைக்கவிருக்கும் புகழும் வெற்றியும் கூட மறதியின் முன்னே தோற்றுப்போய் விடுகின்றது. இவ்வளவு பெரிய கேட்டை நமக்கு தாராளமாகத் தந்து கொண்டிருக்கும் மறதி என்ற அவமானச் சின்னத்தை நாம் தவிர்ப்பதால் நாம் பெருமையடைவோம். வெற்றி கொள்வோம். இத்தகைய மறதியை கொஞ்சங் கொஞ்சமாய் அகற்றும் வழிமுறைகளை அறிந்துகொள்வது அவசியமாகிறது.

மறதிக்கு எதிரி நினைவு. நமக்கு நண்பனாய் இருக்க வேண்டியது நினைவு. நினைவு என்றால் என்ன? சில தகவல்களை அதாவது நினைவுகளை நமது மூளையில் பதிவு செய்வதும் பதிவு செய்த தகவல்களை மூளையில் இருத்தி வைப்பதும், தேவைப்படும் போது இருத்திவைத்த அந்தத் தகவல்களை சட்டென வெளிக் கொண்டுவரும் நிலையைக் குறிக்கும்.

இவ்வாறு மூளையில் பதிவு செய்யப்பட்ட தகவல்களில் அண்மைக் காலத் தகவல்களை உடனடியாக வெளிக்கொணர முடிகிறது. இது போல் அடிக்கடி நாம் நினைக்கும் தகவல்களும் படித்த செய்தியும், அன்றாடம் எண்ணும் எண்ணங்களும் சமீபத்திய அனுமானங்களையும் நினைத்த மாத்திரத்தில் உடனடியாக வெளிக் கொணரமுடிகிறது. ஆனால் மனதில் ஆழமாகப் பதியாத எண்ணங்களும், நினைவுகளும், பழைய ஆர்வமில்லாத அனுபவங்களையும் எளிதில் வெளிக்கொணர முடிவதில்லை. ஆனால் ஆழமாக மனதில் பதிந்த நினைவுகள், சுப காரியங்கள், மனதை உருக்கும் துயரங்கள்மிக விரைவாக மனத்திரையில் சிறிது கூட மறதியில்லாமல் நினைவுக்கு வருகின்றன. நினைவாற்றலுக்கும், வயது முதிர்வுக்கும் ஏதாவது சம்பந்தம் உண்டா? என்ற கேள்வி என் மனத்தில் எழுகின்றது.

என்னைப் பொறுத்த வரையில் சிறு வயதில் நடந்த ஒவ்வொரு சிறு நிகழ்ச்சியையும் கூட என்னால் நினைவுகொள்ள முடிகிறது. ஆர்வம் மிகுதியாக அறிந்துகொள்ளும் நிகழ்ச்சி ஒன்றும் மறதி

என்ற பெயரில் மனத்தை விட்டு அகலாது என்பது எனது சொந்தக் கருத்து. அடிக்கடி நாம் கையாளும் சொற்களும், செய்கைகளும் நடவடிக்கைகளும் நமது நினைவில் நீங்கா இடம் பெறுகிறது. இத்தகைய நிலையை அடைந்தவர்கட்கு முன்பு மறதி ஓரளவு தோல்வியை அடைகிறது என்பதும் எனது கருத்து.

மறதி என்பது சில சமயங்களில் நல்லதொரு குணமாகும். மறக்க வேண்டியதை மறந்து, நினைக்க வேண்டியதற்கு நல்ல நினைவாற்றல் இருந்தால் நாம் வாழ்க்கையில் பெரிய புண்ணியம் செய்த மகான்களுக்கு ஈடாவோம்.

இனி வல்லுனர்கள், அறிஞர்கள், வைத்திய மேதைகளின் 'மறதி' பற்றிய கருத்தினைக் காண்போம். மனித மூளையில் நினைவை அதிகரிப்பதற்கு மிகவும் தேவையானது புரதச்சத்துகள். உணவில் புரதச்சத்துகள் குறைந்தால் மறதி ஏற்பட வாய்ப்பு உண்டு என்பர் சிலர். மருத்துவர்கள் கூறும் மற்றொரு தகவல் வயிற்றில் குடல் புழுக்கள் தோன்றினால் மறதி அதிகம் வரும் என்பது. இதன்படி குழந்தைகள் முதல் வயது முதிர்ந்தோர் வரை வயிற்றில் புழுக்கள் வராமல் பாதுகாப்பது நல்லது. ஒரு நல்ல செய்தியினால் நமக்கு நன்மை ஏற்படும் என்றால் அம்முயற்சி செய்து நம்மை நாமே "மறதி" என்ற அவப்பெயரிலிருந்து பாதுகாத்துக்கொள்வோம்.

வைத்திய முறைகளில் மறதியை வெல்லும் வழிகளைப் பார்த்தோம். இத்துடன் நில்லாது, சில நடைமுறைகளின் மூலமும் மறதியை வெல்லலாம் என்ற சில தகவல்களைப் பார்ப்போம். சிலரது மறதி அவர்களின் பழக்க வழக்கத்தாலேயே ஊக்குவிக்கப்படுகிறது. ஆகவே சிலர் மறதியைத் தவிர்க்க நல்ல பழக்க வழக்கங்களைக் கைக்கொள்ள வேண்டும். வீட்டில் அல்லது அலுவலகத்தில் பொருட்களை தாறுமாறாக வைக்காது ஒழுங்காக அடுக்கிவைப்பது நல்லது. ஒவ்வொரு பொருளுக்கும் ஓர் இடத்தை ஒதுக்கி வைக்கவேண்டும். அந்தந்தப் பொருட்கள் அந்தந்த இடங்களிலேயே இருத்தல்வேண்டும் என்பதில் உறுதியாய் இருக்கவேண்டும். இவ்வாறு செய்வதால் பொருட்களை தேடுவது ஏற்படாது. மறதி என்ற சொல்லுக்கும் இடமில்லாது போகும்.

இப்பழக்கம் மறதி உள்ளவர்கட்குத்தான் வேண்டும் என்பதில்லை. எல்லாருமே இதனை கையாளலாம்.

வீட்டில் ஒரு போர்டு வைத்து அதில் நாளை செய்ய வேண்டிய காரியங்களை பதிவு செய்து வைப்பது நல்லது. வீட்டில் நடமாடும் நேரங்களில் அதில் கண்டுள்ள காரியங்களை திரும்பத் திரும்ப பார்க்க நேரிடும். இதனால் மறதி தவிர்க்கப்படலாம். ஒவ்வொரு நாளும் அன்று செய்யவேண்டிய பணிகளை வரிசையாக ஒரு சிறு நோட்டில் எழுதி எதை, எதை எந்த நேரத்தில் முடிக்க வேண்டும் என்று எழுதி, ஒத்திகை பார்த்துக் கொண்டால் மறந்து விடாமல் எல்லாப் பணிகளையும் செய்து முடிக்கலாம். ஒவ்வொரு பணியையும் செய்து முடித்ததும் நோட்டில் உள்ள பணிகளில் எது செய்யப்படாமல் இருக்கிறது என்பதை அடையாளம் கண்டு அந்தப் பணிகளையும் செய்து முடிக்கவேண்டும். இவ்வாறு செய்வதால் மறதியை நம்முன் மண்டியிடச் செய்யலாம் என்பது பலரின் கருத்து. இவ்வாறு தினமும் பத்து பதினைந்து நிமிடங்கள் செலவழித்து தயாரித்த அட்டவணை நமக்கு நேரத்தை மிச்சப்படுத்துவதுடன் நமக்கு மறதியிலிருந்து விடுதலை கிடைத்த மகிழ்ச்சியும் ஏற்படும்.

மறதி தனக்கு இருப்பதாக ஒருவரும் எண்ணி வருந்தாது அதை சமாளிக்க அவர்களே முன்வர வேண்டும். நாம் செய்ய வேண்டிய காரியங்களை, பணிகளை பட்டியலிட்டு அப்பட்டியலை ஒழுங்குபடுத்த வேண்டும். பட்டியல் என்பது ஒரு நீண்ட நெடுங் கதையாகும். அன்றாடமும் ஒரு பட்டியல் தயாரிக்கவேண்டும் மாலையில் அதை சரிபார்த்து செய்து முடிக்கப்படாத பணிகளை அடுத்த நாள் செய்ய திட்டம் போட்டுக்கொள்ள வேண்டும். நமக்குள்ள பணிகளை கீழ்க்கண்டவாறு பிரிக்கலாம்.

1. ஒரு நாள் பட்டியல்
   (உ-ம்)
   ❀ எலக்ட்ரிக் பில் கட்டுவது
   ❀ குறிப்பிட்ட நண்பரை சந்திப்பது
   ❀ டெலிபோன் பில்கட்டுவது

2. ஒரு வாரப்பட்டியல்
   (உ-ம்)
   ❀ ரேஷன் வாங்குவது
   ❀ வண்டிக்கு பெட்ரோல் போடுவது
3. ஒரு மாதப்பட்டியல்
   ❀ ஸ்கூட்டர் சர்வீஸ் செய்ய வேண்டும்
   ❀ ஆயுள் இன்சூரன்ஸ் செய்ய வேண்டியது.
4. வருடாந்திரப் பட்டியல்
   ❀ பிறந்த நாள் வாழ்த்து அனுப்புவது
   ❀ திருமண நாள் வாழ்த்து அனுப்புவது
   ❀ இரு சக்கர வாகனம், நாலுசக்கரவாகனங்கட்கு வரிசெலுத்துதல்
   ❀ ஓட்டுனர் உரிமம் புதுப்பித்தல்
   ❀ வீட்டுவரி கட்டுதல்
   ❀ வருமானவரி ரிட்டர்ன் சமர்ப்பித்தல்
   ❀ சேமிப்பு பத்திரங்களை புதுப்பித்தல் போன்றன.
5. ஆயுள் பட்டியல் கூடப் போட்டுக் கொள்ளலாம்
   ❀ ஆயுள் பட்டியலில் செய்ய, செய்து முடிக்க திட்டங்கள் போடலாம்.

மறதி என்பது ஒழுங்கின்மையாலும், கவனச் சிதைவாலும் ஏற்படுவது. இந்த மறதியினால் ஏற்படும் இழப்புகளை ஈடுகட்ட நல்ல வழிமுறைகளை கைப்பிடித்தாலே வெற்றி கொள்ளலாம். மறதியை வெல்வதால் நமக்கு கெட்ட பெயர் வராது. சமூகத்தில் அந்தஸ்து பெருகும். நமது பொன்னான காலம் வீணாகாது. பொருள் சேதம் ஏற்படாது. மறதியை வெல்வதால் நமக்குக் கிடைக்கும் சுய கௌரவம் விலை மதிப்பற்றது.

W. மனக்குழப்பம்

மனக்குழப்பம் என்றால் வார்த்தையிலேயே முழுவிபரம் உள்ளது. தெளிவாகச் சொல்லப்போனால் மனப்பக்குவம்

இல்லாமையே. மனப்பக்குவம் அடைவது என்பது ஒரு தெளிந்த நிலை. மனக்குழப்பம் என்பது குழம்பிய நிலை. இப்படி குழம்பிய நிலையில் உள்ளவர் செய்யும் செயல்களில் தெளிவு இருக்காது. குறிக்கோள் நிறைவேறாது. எல்லாச் செயல்களுமே வீணாவதுடன் செலவழிக்கும் நேரமும் வீணாகும். பொருள் வளமும் பாழாகும். குழப்பம் என்பது சரி செய்யப்படல் வேண்டும். சரி செய்யப்படல் என்பதை விட குழப்பத்தை அறவே ஒழிக்க வேண்டும்.

குழப்பம் எதனால் ஏற்படுகிறது? குழப்பம் என்பது ஒரு தெளிவில்லாத மனநிலையைக் காட்டுகிறது. இதனால் ஒரு பணியைத் தொடங்கும் முன்பாக அதைச் செய்வதில், செய்ய முற்படுவதில் குழப்பம் உண்டாகலாம். அந்தக் குழப்பம் என்னவெனில், அப்பணியினைச் செய்யலாமா? வேண்டாமா? என்ற கேள்வி எழும். அப்படி செய்ய வேண்டும் என எண்ணும் போது ஏன்? எப்படி என்ற கேள்வி எழும். இக்கேள்வி எழுவதால் பல்வேறு மாற்று வழிகள் புலப்படலாம். அந்த மாற்று வழிகள் எவ்வாறு இருக்கவேண்டும் என்பதிலும் குழப்பம் வரலாம். மறுபடியும் தேர்ந்தெடுத்த முடிவு சரி தானா? என்பதில் கூட குழப்பம் தோன்றலாம். மனக்குழப்பத்திற்கான அடிப்படைக் காரணம் எச்சம்தான். ஒரு பணி சரிவர நடைபெறுமோ, நடைபெறாதோ, சரிவர நடைபெறவில்லையானால் அதன் விளைவுகள் எவ்வாறு இருக்கும், ஒருவேளை அதன் விளைவு தன்னையே பாதிக்குமோ என்ற அச்சம் மனக்குழப்பத்தையும், தடுமாற்றத்தையும் ஏற்படுத்திவிடும் என்பது தெளிவானதொரு கருத்து.

தன்னம்பிக்கை இல்லாதவர்களின் எண்ணங்கள் தெளிவு இல்லாது போவதற்குக் காரணம் மனதில் உண்டாகும் குழப்பம்தான். இவர்கட்கு மனத்திடம் இருக்காது. ஆராய்ந்து பார்க்கும் மனப்பக்குவமும் இருக்காது. ஆகவே யார் எதைச் சொன்னாலும் கேட்பார்கள். மேலும் ஏதாவது மாறுபட்ட இரு கருத்துகளைக் கேட்கும்போது எதைப் பின்பற்றுவது, எதைச் செயற்படுத்துவது என்று குழம்பிக்கொண்டே இருப்பார்கள். சொந்தமாக முடிவெடுக்க முடியாமல் தடுமாறுவார்கள். சிலருக்கு சிறுவயதில் ஏற்பட்ட நிகழ்வுகளின் காரணமாகத் தன்னம்பிக்கை இல்லாமல் போய்விட்டிருக்கும். மனக் குழப்பத்தைத் தவிர்த்து தன்னம்பிக்கையை வளர்த்துக் கொள்ளவேண்டும். தன்னம்பிக்கை வளரும்போது நம்மால் எதையும் சாதிக்க முடியும் என்ற நம்பிக்கையும் உண்டாகின்றது. எந்தச் சூழ்நிலையிலும் சிந்திக்கும்

திறனை வளர்த்துக்கொள்வதும் நல்லது. எந்தக் காரணத்தைக் கொண்டும் உணர்ச்சி வசப்படக்கூடாது. சிந்தித்து செயல்படுவது என்பது கைக்கொள்ள வேண்டிய விஷயம். திட்டமிடுதல் என்றால் வெறும் சிந்தனை மட்டுமன்று. பொதுவாக சிக்கலைத் தீர்வு செய்வதற்கு முதல் படியாக அச்சிக்கலைத் தெளிவாகப் புரிந்து செயல்படுவதுதான். தெளிவாகப் புரிந்துகொள்வது என்றால் சிக்கலின் அடிப்படை என்ன என்பதை முதலில் இனங்காண வேண்டும். அடிப்படைத் தெளிவு ஏற்பட வேண்டும். இத்தெளிவு குழப்ப நிலையை சரி செய்து விடும்.

சிக்கலைத் தீர்வு செய்யும்போது அது மிகச் சிறந்ததாக அமைய வேண்டும். ஏனெனில் ஒவ்வொரு தீர்வுக்கும் மாற்று உண்டு. இந்த மாற்று வழிகளில் நன்மை, தீமை ஆகியவற்றை சமன் செய்து பார்க்க வேண்டும். நாம் மேற்கொள்ளும் வழிமுறைகளைச் செயற்படுத்துவதற்குத் தேவையான வசதிகள் நம்மிடம் இருக்கிறதா? என்பதைச் சீர்தூக்கிப் பார்ப்பதுடன் நாம் தேர்ந்தெடுத்துள்ள வழிமுறை நம் குறிக்கோளைச் சென்றடைய உதவக் கூடுமா? என்பது போன்ற சிந்தனையுடன் செயல்பட வேண்டும். நாம் எடுக்கக்கூடிய முடிவுகள் நமது நிறுவனத்தின் மேன்மைக்கு உதவுமா? என்பதை எண்ணிப்பார்க்க வேண்டும். இதில் கால விரயம் ஆனாலும் நிறுவனம் பாதிக்கப்படலாம். எனவே எச்சரிக்கையுடன் செயல்பட்டு நிறுவனத்தின் வளர்ச்சியும் காலச் சேமிப்பும் நன்மை பயப்பதாக அமைதல்வேண்டும். பொதுவாக சிக்கலான காரியங்களை கையாளுவதில் திறன் கொண்டவர்களிடம்தான் சிக்கலுக்கான முடிவினை எடுக்கவேண்டும். முடிவுகள் எடுக்க அனுபவம் உள்ளவர்கள் முயன்றுகொண்டிருக்கும் போது, அவர்கள் மீது வலுக்கட்டாயமாக நிறுவனம் எந்தவிதமான ஆலோசனைகளையும் திணிக்காமலிருப்பது நல்லது. ஒரு சிக்கலைத் தீர்க்க பலர் முயன்றாலும் ஒரு சிலரால்தான் அதை எளிதில் சீராக்க முடியும். இதில் அனுபவமும், இதையே சதா மனத்தில்கொண்டு பணியாற்றுபவர்களால்தான் இதை நன்கு கையாள முடியும் என்பதை நிர்வாகம் ஒப்புக்கொள்ளவேண்டும். எந்தவிதமான விருப்பு வெறுப்பு மற்றும் அதிகார ஆதிக்கம் இல்லாது நிறுவன மேம்பாட்டையும் திட்டத்தின் இலக்கையும் மனத்தில் கொண்டு செயல்படும் போது, நல்ல முடிவுகள் ஏற்பட வாய்ப்பு உண்டு. இந்த மாதிரி சூழ்நிலையில் கிடைத்த வெற்றியை

அனைவருக்கும் தெரிவிப்பதுடன் மற்றப் பணியாளர்களையும் இதில் ஈடுபடச் செய்யவேண்டும். சிக்கலான சூழ்நிலையில் வெற்றியடையும் மார்க்கத்தை கண்டு பிடித்தவர்களை கௌரவித்து பாராட்டுதல் செய்யவும் நிறுவனம் முன் வரவேண்டும்.

பல மாற்று வழிகளையும் ஆராய்ந்து, அனுபவஸ்தர்களின் முடிவின்படி எடுத்து செயல்படுத்த இருக்கும் நிலையில் அதைச் செயல்படுத்துவதில் தயக்கம் காட்டுதலோ, நிறுத்திவைத்தலோ கூடாது. ஏற்கெனவே ஆராய்ந்து எடுத்த முடிவு நிறுவனத்திற்கு முழு நன்மை பயக்கும் என்று சீர் தூக்கிய நிலையில் மீண்டும் குழப்ப நிலை ஏற்படாது கண்காணித்தல் அவசியம். இது சமயத்தில் குழப்பம் ஏற்படுவது நிறுவனத்தின் வளர்ச்சிக்கு முட்டுக்கட்டையாகும். மனக்குழப்பம் என்ற தற்காலிக நோய்வாய்ப்பட்டவர்கள் எதையும் சரிவர தீர்மானிக்க முடியாது.

மனக்குழப்பமேயில்லாது, நல்ல மனப்பக்குவம் உள்ளவர்கள் சிந்தித்து, நிறுவனத்தின் வளர்ச்சியையும், பணியாளர்களின் பண்பையும் ஆராய்ந்தவர்களின் சிந்தனையும் செயலாற்றும் தன்மையும் வெற்றி தேடித்தரும். இவர்கள் பணி செய்ய முற்படும்போது, நல்ல சிந்தனை தெளிவுடன் இருப்பார்கள். இவர்களிடம் பரபரப்பும், குழப்பமும் இருக்காது. செய்து முடிக்க வேண்டிய ஆர்வமும் புத்துணர்ச்சியும், நிதானமும் இருக்கும். செய்து முடிக்க வேண்டும் என்ற திறமை அதிகரிப்பால் நேரமும் வளமும் வீணாகாது. வெற்றி பெற வேண்டும், செயலாற்ற வேண்டும் என்ற உந்துதல் இவர்களது மூச்சாக அமையும். நல்ல சூழ்நிலை, ஆராய்ச்சி, அனுபவம், நிதானம், திறமை, செய்து முடித்து வெற்றி காண வேண்டும் என்ற ஆர்வம் உள்ளவர்கள் நிதானமாக செயல்பட்டு மனப்பக்குவம் உடையவர் எதையும் வெற்றி கொள்வர் என்ற உண்மையை நிலை நாட்டுவார்கள்.

X. முன்னுரிமை - விளக்கம்

தொழில் நிறுவனங்கள் என்றாலே அதில் முதல் இடம் வகிக்கப் போவது அதன் வருமானம். வருமானத்தை அதாவது இலாபத்தையே குறிக்கோளாகக்கொள்வது தனியார் துறை. "போட்ட முதலுக்கு தேவை இலாபம்". இந்த அடிப்படையில் நிறுவனங்கள் தங்களை உருவாக்கிக்கொள்ளும். அதே சமயம் அது பல கட்டுப்பாடுகளுடன், அரசாங்க விதிமுறைகளுக்கு உட்பட்டு,

சமுதாயக் கட்டுப்பாடுகளின் விதிமுறை போன்ற பல கொள்கைகளுள் அடிப்படையில் இயங்கவேண்டும். இப்படிப்பட்ட நிலையில் தொழில் நிறுவனம் இயங்க பல துறைகள் அமைக்கப்படும். ஒவ்வொரு துறையும், அதனதன் பணிகளுக்கு முன்னுரிமை வேண்டும் என்று வாதிடும் நிலைமை உண்டு. மேல் நிலையிலுள்ளவர்கள் இந்த முன்னுரிமை மோதல்களை எவ்வாறு சமாளித்து திட்டத்தினை உருவாக்கி குறியீட்டில் வெற்றி காண்பார்கள் என்று இப்பகுதியில் விளக்கம் காண்போம்.

நிறுவனங்கள் வளர பல்வேறு துறைகள் வேண்டும். பல்வேறு துறைகளின் அவசியம் ஒரே காலகட்டத்தில் நிறுவனங்களில் பல்வேறு பொறுப்புகளை நிறைவேற்ற வேண்டிய கட்டாயம் அமைவதால் இந்த மாதிரியான பொறுப்புகளை எல்லாம் நிர்வாகஸ்தர்கள் பொறுப்புடன் கவனித்து செயல்படுத்த வேண்டும். இந்த ஆரம்ப கட்டத்திலேயே எதை முதலில் செய்வது, (முன்னுரிமை கொடுப்பதையே இங்கு குறிக்கும்) எவைகளையெல்லாம் அடுத்தடுத்து செய்வது என்ற குழப்பமான சூழ்நிலை நேரலாம். இந்தச் சூழ்நிலையில் ஒரு கணிசமான கால அளவு தேவைப் படுகிறது. இந்தக் கால அளவில் முன்னுரிமையைக் காலமே எடுத்துக்கொள்கிறது. ஒரு பணிக்கு முன்னுரிமை எனில், அடுத்த பணி அதற்கடுத்து தள்ளப்படுகிறது. இத்தகைய பாதிப்பு நமது நிறுவனத்துக்கு எந்தவிதமான பின் விளைவை ஏற்படுத்தாத நிலையைத் தேடி முடிவுகள் எடுக்கப்படல் வேண்டும். எடுத்த முடிவுகள் சரியானதா? என பல தடவைகள் சீர் தூக்கிப்பார்த்தல் மிக மிக அவசியம். ஏன் எனில் ஆரம்ப கட்டத்திலேயே சிக்கலுக்கு வழி வகுக்காமல் திறம்பட திட்டமிடல் அவசியம். புதியதாக ஆரம்பிக்கும் எல்லா தொழில் நிறுவனங்களிலும் இத்தகைய முன்னுரிமை மோதல்களை அடிக்கடி சந்திக்கும் நிலைமை ஏற்படும். இதையெல்லாம் ஒரு சமநிலைக்கு கொண்டுவந்து நிறுவனம் செயல்பட ஆரம்ப கட்டத்திலிருந்தே தனித்திறமையுடன் செயல்படுபவரே மேலாளர் எனப்படுவார். ஆரம்ப கட்டத்தில் பிரச்சினைகளை மட்டும் தீர்ப்பது முடிவாகாது. அதே சமயத்தில் முன்னுரிமை வேலைகட்கு முதல் உரிமையையும் கொடுப்பதில் கவனம்கொள்ள வேண்டும்.

ஒரு நிறுவனத்தின் விளைவுகட்கு முக்கியமான பொறுப்பு அந்நிறுவனத்தில் பதவி வகிக்கும் முக்கிய மேலாளர்களின் முடிவுகளைப் பொறுத்து அமைகின்றது. ஆனால் ஒரு

மேற்பார்வையாளரின் முடிவுகள் அவரின் பார்வையில் பணிபுரியும் தொழிலாளர்கள், உற்பத்தித்திறன் ஆகியவற்றில் மட்டுமே ஆதிக்கம் கொள்கின்றன. அதனால் மேற்பார்வையாளரின் முடிவு நிறுவனத்துக்கு சாதகமாகவும், பாதகமாகவும் அமையலாம். ஆனால் அதே நிறுவனத்தில் பெரிய துறையில் நிர்வாகம் செய்யும் மேலாளர் எடுக்கும் முடிவுகள் மற்ற எல்லா துறையிலும் பணிபுரியும் ஏராளமான பணியாளர்களின் பணிகளை மட்டுமல்லாது நிறுவனத்தின் கணிசமான நிதி நிலைமையையும் பிற வளங்களையும் கூடப் பாதிக்கலாம். எனவே கீழ் நிலையில் உள்ள மேற்பார்வையாளர்கள், மேலாளர்கள், கண்காணிப்பாளர்கள் ஏற்படுத்தும் முன்னுரிமை மோதல்கள், சிறிதளவே பாதிப்பை தருகின்றது. இந்த பாதிப்பு அன்றாட பாதிப்பாக முதலில் அமையும்.

மேல் நிலையில் பணிபுரியும் மேலாளர்கள், பொது மேலாளர்கள் மற்றும் இயக்குனர்கள் எடுக்கும் முடிவுகள் நிர்வாகத்தின் எதிர்காலத்தையே பாதிக்கும் வல்லமைகொண்டது. பதவியின் நிலையைப் பொறுத்து தன்னிச்சையாக ஏகபோக முன்னுரிமை அடிப்படையில் எடுக்கும் முடிவுகள் குறுகிய காலத்திற்கு பாதிப்புகளை ஏற்படுத்தும். சில சமயங்களில் இதுவே நீண்ட கால பாதிப்பாகவும் மாற வாய்ப்புண்டு. மேல் நிலையில் உள்ள மேலாளர்கள் தங்களுக்குட்பட்ட துறைகளில் அனுபவம் அதிகம் இல்லாதபோது சின்னச் சின்ன முடிவுகளையும் குறுகிய கால பணிக்கான விளைவுகளுக்குரிய முடிவுகளையும் ஏற்று நடத்துவதைத் தவிர்க்கலாம். மேலும், கீழ் நிலையில் உள்ளவர்களையே பார்த்துக்கொள்ளுமாறு, அவரவர்கள் பொறுப்பில் விட்டுவிடுவது நிறுவனத்துக்கு உகந்ததாகும். நிறுவனங்களின் எல்லா நிலையிலும் பணிபுரியும் பணியாளர்கள் முடிவுகள் எடுப்பதற்கு ஏதுவாக அந்த நிறுவனத்தின் உயர் மட்டத்தில் கொள்கைகள் தீட்டப்படல் வேண்டும். அப்படி தீட்டப்படும் கொள்கைகள் அனைத்துப் பணியாளர்கட்கும் வழிகாட்டும் திட்டங்களாகவும், நெறிகளாகவும், ஆலோசனைகளாகவும் அமைய வேண்டும். இவ்வாறு அமைவதால் முன்னுரிமை பெற்ற துறைகள் என யாரும் வீண் பிரச்சினைகள் எழுப்ப இயலாது.

மேல் மட்டத்திலுள்ள மூத்த அலுவலர்கள் குறுகிய கால சின்னச் சின்ன பணிகளில் பொறுப்பு ஏற்று நடத்துவதை முற்றிலும் தவிர்க்க வேண்டும். இவ்வாறு செய்வதால் கீழ் நிலை பணியாளர்கள்

பணியைச் சிறப்பாகச் செய்யும் ஆற்றலை இழந்து விடுவார்கள். அவ்வாறு செய்யும் பணியும் அரை குறையாகவும், திருப்தியற்ற நிலையிலும் முடிவடையும். மேலும் நீண்ட கால பணிகள் செயல்படாமல் நின்றுவிடும் நிலை கூட ஏற்படலாம். இந்தச் சூழ்நிலையில் எதிர்கால பாதிப்பும் ஏற்பட வழி வகுக்கும். ஆணித்தரமாகச் சொல்ல வேண்டுமானால் குறுகிய கால திட்டப்பணிகளுக்கு கீழ் நிலை பணியாளர்களையே பொறுப்பாக்கி செயல்பட வேண்டும். நிறுவனத்தின் நிதி நிர்வாகம், தரக்கட்டுப்பாடு போன்ற மிக முக்கியத்துவம் வாய்ந்த துறைகளில் அந்தந்தப் பகுதி மேலாளர்கள் தளப் பணியாளர்களும் முடிவுகள் தரத் தகுதியானவர்கள். நிர்வாகம் இவர்களை கலந்தாலோசித்து செயல்படுவது உண்மையிலேயே செலவினங்களைக் கட்டுப்படுத்தும் வழி முறைகளாகும். நிறுவனங்கள் திறமையாகச் செயல்பட்டுக் கொண்டிருக்கும் போது நீண்ட காலக் கொள்கையான எதிர்காலப் பணியாளர் எண்ணிக்கையை திட்டமிடுவது, ஊதியத் திட்டம், பணியாளர்களின் ஒட்டுமொத்த ஒழுக்கம் ஆகிய திட்டத்தைத் தயார் செய்து செயல்படுத்துவதும் அவசியமாகும். அன்றாடச் சிக்கல்களை உடனுக்குடன் முடிவெடுத்து களைதல் அவசியம். மேலும் அவசரமில்லாத அதே சமயத்தில் அவசியமான தொழிலாளர் பயிற்சி மற்றும் நீண்ட கால வளர்ச்சித் திட்டம் நிறுவனத்தின் வளத்தைப் பெருக்கும்.

முன்னுரிமை செயல்பாடுகளில் முதன்மையிடத்தைப் பெறுவது நீண்ட கால வளங்களையும் வளர்ச்சியையும் ஏற்படுத்தும் அதிமுக்கியமான திட்டங்களாகும். ஆகவே நிறுவனங்களில் உள்ள மேல்நிலை மேலாளர்கள் குறுகிய கால செயல்பாடுகள் குறித்து கீழ்நிலைப் பணியாளர்களிடம் விவாதித்து அவர்களிடம் விட்டு விடுவது நல்லது. பிரச்சினைகளை அவ்வப்பொழுது அலசி ஆராய்ந்து முன்னுரிமை அளிக்க வேண்டிய பணிகட்கு முன்னுரிமை தந்தால் முன்னுரிமை மோதல்களைத் தவிர்த்து விடலாம். தொழில் நிறுவனங்களில் முன்னுரிமை வேலையினை வரிசைப்படுத்திப் பார்ப்போம்.

- வேலையின் தரம்
- வேலை நேரக்கண்காணிப்பு
- பணியாளர் குழுவொழுக்கம்
- செலவுச் சிக்கனம்

முன்னுரிமை என்பது பணியாளர்களின் பணி நிலையைப் பொறுத்தது. ஒரு சாரருக்கு குறுகிய கால விளைவுகளே பெரிய பொறுப்பாகும். மேல் நிலை பணியாளர்கட்கு நீண்ட காலத் திட்டம் பற்றியது. இடை நிலையிலுள்ள ஒரு துறைத்தலைவருக்கு முதலாவது முன்னுரிமை நிதித் தொடர்பானவைகளாகும். இவரது கவனமெல்லாம் வரவு - செலவுத் திட்டம், பண நிலைமை, உற்பத்தித் தரம் மற்றும் அளவுகள் ஆகியவைகளாய் இருக்கும். ஒவ்வொரு நிலையிலுள்ளவர்கட்கும் அவரவர் பணிகளே முன்னுரிமை என எண்ணுவது கூட நிறுவனத்தின் வளர்ச்சிக்கு பெரிதும் உதவும். எந்த நிலையிலும் நிறுவனத்தில் பணி புரிவோரிடையே முன்னுரிமை மோதல்கள் வராமலிருந்தால் நிறுவனம் வளமாக, கால விரயமின்றி வெற்றி நடைபோடும்.

உயர் நிலையில் உள்ள நிர்வாகஸ்தர்களான தலைவர், உபதலைவர், செயலாளர், டைரக்டர்கள் மற்றும் பொது மேலாளர்கள், துணை மேலாளர்கள் என்ற அனைவருக்குமே நீண்ட கால முடிவுகளை ஏற்கும் பொறுப்பு அதிகம். எதிர் காலத்தின் சந்தை நிலை, தொழில் நுட்பம், நிதித்தேவை போட்டி நிறுவனங்கள், இயற்கைச் சூழ்நிலையால் ஏற்படவிருக்கும் நிலையில்லாத் தன்மை மற்றும் நிதித் தேவை உற்பத்தி மேன்மை ஆகியவற்றை வெல்லும் அளவிற்கு வலுவான மனித சக்திகள் தேவை. இதனால் தொழிலாளர், அதிகாரிகள், மேற்பார்வையாளர்கள் பற்றிய முடிவுகள் முதன்மையான முன்னுரிமையைப் பெறுகின்றன. நிதித் தொடர்பான முடிவுகள் இரண்டாவது முன்னுரிமையையும், வேலை சம்பந்தமான முடிவுகள் மூன்றாவது முன்னுரிமையையும் பெறுகின்றன. இந்த மூன்று நிலை முன்னுரிமைகளை தனித்தனியே ஆராய்ந்து சீர்தூக்கிப் பார்த்து, அனைவரின் ஒத்துழைப்பும் பெறும் போது நிறுவனத்தின் வளமும், குறுகிய காலத்திலேயே சோதனை படைக்கும் முன்னுரிமைகளை வரிசைப்படுத்துதல் அவசியம். முன்னுரிமைகள் என்பது நிறுவனத்துக்கு நிறுவனம் வேறுபடும். உற்பத்திப் பொருளுக்குத் தக்கவாறும் வேறுபடும். இடத்துக்கு இடம் மாநிலத்துக்கு மாநிலம் வேறுபடும். மேலும் உற்பத்தி நிறுவனங்களுக்கு உரிய முன்னுரிமை வணிக நிறுவனங்களுக்குள் மாறுபடும். ஆனால் பொதுவாக எல்லா முன்னுரிமைகளுக்கும் அடிப்படை அலுவல்களின் தன்மையைப் பொறுத்தும், முடிவுகளைப் பொறுத்தும் அதற்குண்டான காலங்களைப் பொறுத்தும் வேறுபடலாம்.

மேலும் நிறுவனங்களில் பல்வேறு நிலைகளில் பணியாற்றும் பணியாளர்களின் பொறுப்பும் நிர்வாக மேலாண்மையும் கூட அவரவர்கள் எடுக்க வேண்டிய முடிவுகளைப் பொறுத்தே அமைகின்றன. மேல் நிலையில் உள்ளவர்கள் எடுக்கும் முடிவுகள் நீண்ட கால நோக்கோடு அமைபவை. இவர்கள் எடுக்கும் முடிவை யாரும் உடனே பரிசீலனை செய்வதில்லை. இதனால் ஏதாவது பாதிப்பு உண்டானாலும் உடனே அறியவும் முடியாது. ஏதாவது முன்பின் முரணான முடிவுகள் ஏற்பட்டாலும் சில ஆண்டுகள் கழித்த பின்னரே அறியலாம். இந்த மாதிரி உயர்நிலை முடிவுகள் பெரும்பாலும் பாதிப்பை உண்டாக்குவதில்லை. அப்படியே தெரிய வந்தாலும் அதற்காக நிறுவனம் நின்றுவிடப் போவதில்லை. இதற்காக செலவழித்த நேரமும் ஒத்திகை பார்த்த கணக்கில் சென்றுவிடும். ஆனால் கீழ்நிலையில் எடுக்கப்படும் எல்லாவிதமான முடிவுகளும் நல்லதா? கெட்டதா? நிறுவனத்துக்கு உண்மையிலேயே பயனளிக்கக் கூடியதா? என்ற முடிவெடுக்கும் அதிகாரம் மேல் நிலை பொறுப்பாளர்களிடமே உள்ளது. கீழ்நிலையில் உள்ள பணிகள் அடிக்கடி ஆய்வு செய்யப்படுவதால், தொழிலாளர்கள் செய்யும் தவறு பெரும்பாலும் கண்காணிக்கப்பட்டு, தவறுகள் நேர்ந்தால் சுட்டிக்காட்டவும்படுகின்றது.

இடைநிலை பணியாளர்கள் தங்களது பணியை தங்கள் வசதிக்கேற்றவாறு மாற்றியமைத்து பணி செய்யலாம். இவர்களது பணியில் அடிக்கடி மேல் நிலைப் பணியாளர்களின் குறுக்கீடும் இருக்காது. இடைநிலை அலுவலர்களின் முடிவுகள் பற்றிய பரிசீலனை மாதம் ஒருமுறை துறைத் தலைவர்களின் கூட்டங்களில் விவாதத்துக்கு வருகின்றன. இடைநிலை அலுவலர்களின் பணி நேரம் அவர்கள் விருப்பம்போல் செலவிட்டுக்கொள்ள முடியும். இடைநிலை அலுவலர்களின் நேரத்தில் உயர்மட்ட அதிகாரிகளின் குறுக்கீடு அடிக்கடி இருக்காது. ஓர் அலுவலரின் செயற்பாடு எவ்வளவு இடைவெளியில் மீண்டும் ஆய்வு செய்யப்படுகிறதோ அதைப் பொறுத்து அவருடைய பொறுப்பும், அதிகாரமும் அமைகின்றன. மேல்நிலை அலுவலரின் குறுக்கீடு இல்லாது ஒருவர் மேற்கொள்ளும் முடிவுகளைப் பொறுத்து அவருடைய பொறுப்பும் அதிகாரமும் முடிவெடுக்கப்படுகின்றன.

பொதுவாக பொறுப்பும் அதிகாரமும் அவற்றிற்கேற்ற ஊதியமும் கூடநிர்ணயிக்கப்படுவது கால அடிப்படையில் என்று கூறலாம். ஒருவர் தம் நேரத்தை நிர்வகிக்கும் உரிமையை

வைத்தே அவருடைய பதவியின்அந்தஸ்து தீர்மானிக்கப்படுகிறது என்பதையும் ஊகிக்கலாம். இதிலிருந்து அவரது முன்னுரிமையை அவரே கணித்துக் கொள்ளலாம். அவரது வரம்புக்கு அப்பாற்பட்ட செயல்களுக்கு முன்னுரிமை எடுத்துக் கொள்வதை தவிர்ப்பதுடன், பதவிக்கேற்ற நிலையில் முன்னுரிமையை எடுத்துக் கொள்வாரென்றால் அவர் நிறுவனத்தை வெற்றிகரமாக நடத்தும் திறமைகொண்டவர். இவர் பயன்படுத்தும் காலமும் பயனுள்ளதாகும்.

17

பணி இடங்களில் நேர-நிர்வாகம்

அ) உற்பத்தித் திறன் பெருக...

இன்றைய உற்பத்தித் திறன் பெரிதும் உயர்ந்துள்ளது என்றால், காலங்காலமாக நடந்து வந்த தொழிற்புரட்சியினால் தான் என்பர். தொழில் மேதைகள் நவீன தொழிற் புரட்சிக்கு பல அடிப்படைக் காரணங்கள் உண்டு. நவீன தொழிற்புரட்சியில் பல புதிய உத்திகள் புகுந்தது ஓர் எழுச்சியையே உண்டு பண்ணிவிட்டது. அவைகளை சிறிது ஆராய்வோம். பெரிய நிறுவனங்களில் மேலாண்மை அடிப்படையில் ஆராய்ச்சி மற்றும் தொழில் மேம்பாடுகளுக்காகத் தனியாகவே ஒரு பிரிவினை அமைத்து, உற்பத்திப் பெருக்கம் தொடர ஆய்வுகள் மேற்கொள்ளப்பட்டு வருகின்றன. இவ்வாறு நவீன உத்திகளான ஆய்வுகள் தொழில் நிறுவனங்களில் நடை பெறும் பல்வேறு துறைகளில் ஆய்வுக்கு உள்ளாகி, புதிய புதிய வழி முறைகளும் தொழில் இரகசியங்களும், பணி இடங்களில் நேர நிர்வாகத்திற்கும் பெரிதும் பயனளிப்பது குறித்து விரிவாக தொகுத்து நேர மேலாண்மையில் தொழிற்புரட்சியின் பங்கென்ன? என்பதைக் காண்போம். உற்பத்திக்கான செலவு, நேரச் சேமிப்பு இவை இரண்டும் தொழிலக வளங்களை மேம்பாடடையச் செய்கிறது. தேவையற்ற துறைகளைக் குறைத்தும், பல பிரிவுகளை ஒன்றுபடுத்தியும் திட்டமிட்டு, ஆராய்ச்சி மற்றும் நவீன ஆலோசனைபடி இயக்கப் பெறும் தொழில் நிறுவனங்களில் உற்பத்தி பெருக வாய்ப்பும், வசதியும் அமைகிறது.

"உற்பத்தியைப் பெருக்கி உயர்வடைவோம்" என்றால் வெறும் உற்பத்தி அளவை மட்டும் குறிப்பதாக அர்த்தமல்ல. உற்பத்தி செய்யும் அளவு அதாவது குறியீடு சாதனை படைத்ததாக அமையவேண்டும். இச்சாதனை உற்பத்திக்கு உபயோகப்படுத்தப்பட்ட காலம், பணம் தொழில் நுட்பம் ஆகியவைகளை உற்பத்தியோடு ஒப்பிட்டுப் பார்க்கும்போது கிடைக்கும் அதிக உற்பத்தியே உற்பத்தித் திறன் என்கிறோம். தொழில் சாலைகளில் ஒரு பொருளை உற்பத்தி செய்வதற்குச் செலவாகும் ஈடுபொருளின் மதிப்பு, பணியாளர் மற்றும் தொழிலாளர்கட்கான ஊதியம், இயந்திரங்களின் தேய்மானம், வட்டி ஆகியவைகள் உள்ளடங்கும். இந்த வகைச் செலவுகள் உற்பத்திச் செலவாகும். இந்த உற்பத்திச் செலவுக்கு பணச்செலவு அதிகமில்லாமலும் குறைந்த காலமும் பிடித்தால் அடக்க விலை (Production Cost) குறையும். இதை விற்பனை செய்வதால் லாபம் அதிகமாய்க் கிடைக்கும். உற்பத்தியைக் கட்டுப்பாட்டுடன் திட்டமிட்டு செயல்படுத்தினால் உற்பத்தி திறன் அதிகரிக்கும். இந்த உற்பத்திக்கு செலவு செய்யப்பட்ட நேரமும், ஈடுபொருளின் மதிப்பும் குறைவாக இருப்பின் இந்த உற்பத்திச் செலவு மிக குறைந்தது எனலாம். இப்படி சிக்கனமாக கிடைத்த உற்பத்திப் பொருட்களை சந்தையில் போட்டியின்றி குறைந்த விலைக்கு விற்றாலும் லாபமே கிடைக்கும். இது குறித்த உத்திகள் பற்றி அறிவோம் அதிகமாக.

ஆ) நேரத் தொடர்

பணிமனைகளில், அலுவலகமானாலும் சரி தொழிற்சாலைகள் ஆனாலும் சரி எங்கும் நமக்கு புள்ளி விவரங்கள் தேவை. புள்ளி விவரங்கள் என்ற கணிதத்தோடு கூடிய அறிவியலை புள்ளியியல் என்பர். புள்ளியியலில் சேகரிக்கப்படும் தகவல் நுணுக்கங்கள் காலத்தின் அடிப்படையிலேயே கணக்கிடப்படுகின்றன. புள்ளியியல் எல்லாவிதமான தொழில் முன்னேற்றத்துக்கும், திட்டங்களுக்கும் எதிர்கால வாழ்வியல் கணிப்புக்கும் தேவை. எந்த விதமான முன்னேற்றத்துக்கும், எத்தகைய தகவலும் காலத்தின் அடிப்படையிலேயே சேகரிக்கப்படவேண்டும். இக்கால அடிப்படையில் சேகரிக்கும் புள்ளி விவரங்கள்தான் எந்த திட்டத்திற்கும் அடித்தளமாகவும் திசை காட்டும் கருவியாகவும், ஒரு சமநிலை கருவியாகவும் அமையும். இத்தகவல் சேகரிப்பு புள்ளி விவரங்கள்

கடந்த கால நிகழ்வுகளின் போக்கினைத் தெளிவாகக் காட்டும். இப்புள்ளி விவரம் எதிர்காலத்தைக் கணிக்க உதவும். இக்கணிப்புகள் வேளாண்மை, சந்தை நிலவரம், மக்கள் தொகை கணிப்பு சுற்றுலா வளர்ச்சி, பொருளாதார வளர்ச்சி, சுகாதாரம் விலைவாசி உயர்வு போன்ற எல்லாத் தகவல்களையும் கணிக்க உதவும். மேலும் நாட்டின் வளர்ச்சித் திட்டங்கள், ஐந்தாண்டுத் திட்டங்கள் வரைய உதவும்.

நேரத் தொடர் விவரங்கள், உத்தேசமான எதிர்கால நிலையை, கடந்த காலப் புள்ளி விவரங்களின் அடிப்படையில் அறிய உதவுகிறது. இது சராசரியின் அடிப்படையில் அமைவதால் ஒரு சில மாற்றங்களை அதாவது வித்தியாசத்தை பாதித்து அவை புள்ளி விவர முடிவினை உத்தேசமான அளவில் திசை திருப்பாமல் செய்து விடுகிறது. இதிலிருந்து நாம் அறிவது கடந்தகால, நிகழ்காலப் போக்கின் அடிப்படையிலேயே எதிர்காலத்தில் எல்லாவிதமான குறிப்புகளும் செயல்படும் என்ற நம்பிக்கை அமைகிறது. எனவே அண்மைக்கால முடிவுகள் அதாவது சேகரிக்கப்பட்ட புள்ளி விவரங்கள் இந்தக் காலத் தொடர் விவரங்கள் பெரிதும் பயன்படும். தொலைக்கணிப்புக்கு ஆதாரமும் இதுபோன்று சேகரிக்கப்படும் புள்ளி விவரங்களின் அடிப்படையில்தான் கணிக்க வேண்டும்.

இ) நேர விளக்கப்படம்

இதற்குத் தேவையான தகவல்கள் அனைத்தும் முன் கூட்டியே சேகரிக்கப்படல் வேண்டும். இப்படிச் சேகரிக்கப்பட்ட விவரங்களுடன் திட்ட வரைவு உருவாக்கம் செய்ய வேண்டும். ஒரு தொழிற்சாலையில் ஆயிரக்கணக்கான தொழிலாளர்கள் பல்வேறு துறைகளில் பல்வேறு வேலைகளைச் செய்து வருகின்றனர். ஒரு பெரிய திட்டம் செயல்படுத்தும் போது அத்திட்டத்தின் பல்வேறு பகுதிகள் தனித்தனியே பிரிக்கப்பட்டு, அப்பகுதிக்கான பணிகள் அந்த அந்தப் பிரிவு மேற்பார்வையாளர்களிடம் ஒப்படைக்கப்படுகின்றன. இவ்வாறு பிரிக்கப்பட்ட பகுதிகளில் உள்ள மேற்பார்வையாளர்கள் தங்களின் கீழ்பணி புரியும் தொழிலாளர்கட்கு உரிய வேலைகளை அவர்கள் ஒப்படைத்து விடுவார்கள். இவ்வாறு செய்வதால் இந்த திட்டத்தின் எந்தப் பணியின் செயல்பாடும் பின் தங்கிவிடாமல் பார்த்துக்கொள்ள ஒட்டு மொத்த மேற்பார்வை தேவைப்படுகிறது. அந்தந்தப் பகுதிகளுக்கு

பிரிக்கப்பட்ட பணிகள் குறிப்பிட்ட காலத்தில் நடைபெறுவதைக் கண்காணிக்க ஒரு கால விளக்கப்படம் தயாரித்தால், கண் காணிப்பது சுலபம். இது மாதிரி கால விளக்கப்படம் தயாரிக்க தேவையான தகவல்கள் அனைத்தும் முன் கூட்டியே திரட்டப்பட்டுத் திட்ட வரைவு உருவாக்கப்படல் வேண்டும்.

திட்டம் தீட்டும்போது உரிய கவனம் புள்ளி விவரங்கள் சேகரிப்பில் அமைய வேண்டும். திட்டத்தின் பணிகள், கீழ் மட்ட அளவில் நன்கு உருவாக்கப்பட்டு தொகுக்கப்படல் வேண்டும். இதனால் முன் கூட்டியே எல்லா விதமான பணிகளையும் எதிர் நோக்க இயலும். அவைகளுக்கான காலம் எவ்வளவு தேவை என்பதையும் முன் கூட்டியே முடிவு செய்ய இயலும். பல்வேறு பிரிவுகளில் நடைபெறும் பணிகளை ஒருங்கிணைக்கவும், தொடர்பு படுத்தவும் ஒரு பட்டியலை உருவாக்கி, அதன்படி ஒரு கால விளக்கப்படம் தயாரிக்கலாம். இவ்வாறு தயாரித்த கால விளக்கப்படத்தில் தினமும் பதிவு செய்து வரவேண்டும். இக்கால விளக்கப்படத்தினை நமக்குத் தேவையான படி உருவாக்கினால் எல்லாவிதமான பயன்களும் கிடைக்கும். மணியளவிலிருந்து கணக்கிடப்பயன்படும். ஒவ்வொரு பிரிவினையும் உள்ளடக்கி மொத்தத்தில் எல்லாப் பிரிவின் வேலைத் திறனை ஒரே நேரத்தில் ஒப்பிட்டுப் பார்க்கலாம். இந்த அடிப்படையில் தொழிற்சாலையிலுள்ள அனைத்து இயந்திரங்கட்கும் இதர வாகன ஊர்திகட்கும் மற்றும் அனைத்து தொழிலாளர்கட்கும் உரிய பணிகளை வழங்கி, இந்த கால விளக்கப்படம் மூலம் மேற்பார்வை செய்யலாம். எந்த தொழிலாளர் எங்கு வேலை செய்கிறார் அவரவர்கள் வேலைத்திறன் என்ன என்பதையும் காணலாம்.

கால விளக்கப்படம் தயாரிப்பதால் எல்லாத் தொழிலாளர்களின் வேலை விபரத்தையும் அவரவர்கள் செய்யும் பணி பற்றியும், இயந்திரங்களின் வேலைத்திறன் பற்றியும் அவ்வப்போது அறிந்து கொள்ளலாம். பணிகள் உரிய காலத்தில் முடிப்பது பற்றியும் தகவல்களைக் கண்டுகொள்ளலாம். கால விளக்கப்படம் என்பது தானாகவே தகவல் தரும் பலகைபோல. பார்த்த மாத்திரத்திலேயே புரிந்துகொள்ள ஏதுவாகும். இத்தகைய கால விளக்கப்படத்தின் உதவியால் எல்லா நிறுவனங்களுமே பயனடையலாம். முன் பதிவு

செய்ய உதவும் தகவல்கள் பயணச்சீட்டு பதிவு நிலை, விடுதிகளில் அறைகளின் பதிவு விவரம் போன்று எண்ணிலடங்கா பயன் விளைவிக்கும் கால விளக்கப்படம் புள்ளியியல் துறையின் சாதனை என்றால் மிகையாகாது. நம்மிடம் உள்ள எல்லா வலிமைகளையும் முழுமையாகப் பயன்படுத்துவதிலிருந்து காலம் வீணாவதைத் தவிர்ப்பதை வரை இது உதவும் என நம்பலாம்.

ஈ. கூலி மற்றும் ஊதிய நிர்ணயம்

கூலி, ஊதியம் என்ற இந்த வேலைக்குக் கூலி முறை பண்டைய காலத்திலிருந்து தொன்று தொட்டு நடைபெற்று வரும் நடைமுறை. இதில் கூலி என்பதும் ஊதியம் என்பதும் அடிப்படையில் ஒன்றுதான் எனினும் பெரிய வித்தியாசமும் உள்ளது. கூலியை தினக் கூலி, வாரக் கூலி என்பர். பொதுவாக கட்டடவேலை செய்பவர்கள், வண்ணம் பூசுபவர்கள், சில்லரைத் தொண்டு செய்பவர்கட்கு நாம் அன்றாடம் கூலி கொடுப்பதும், வாரத்திற்கென கூலி கொடுப்பதும் உண்டு. இந்தக் கூலி வேலையின் திறத்தைப் பொறுத்தும் மாறுபடும்.

மாத ஊதியம், ஆண்டு ஊதியம் எனவும் வழக்கிலுண்டு. மாத ஊதியமே பெரும்பாலும் நடைமுறையிலுள்ளது. அரசாங்க நிரந்தர ஊழியர்கள் மற்றும் தொழிற் கூடங்களில் பணியாற்றுபவர்களும் மாத ஊதியமே பெறுகிறார்கள். மாத ஊதியம் பெறுவோர்களின் வாழ்க்கை ஓரளவு சீராக அமையும். மாத ஊதியம், ஆண்டு ஊதியம் என்பது நமது பண்டைய கால பழக்கமே. பின்னர் மேலாண்மை அறிவியல் வளர்ச்சியின் காரணமாக உற்பத்தி மற்றும் உற்பத்தித் திறன் அதிகரிப்பையும் மனத்தில் சிந்தனை செய்த வல்லுனர்கள் திறமை அடிப்படையில் ஊதியம் நிர்ணயம் செய்வது சிறந்தது என ஆலோசனை வழங்கினார்கள். இதுவே தொழிற்புரட்சி ஏற்பட வித்திட்டது. தொழிற் சாலைகளில் உற்பத்தி, விற்பனை, சாதனை, திறமை போன்ற அடிப்படையில் ஊதியம் நிர்ணயம் செய்யும் முறை அமுலுக்கு வந்தது. சில நிறுவனங்களில் உள்ள பணியாளர்கள் இதை தவறுதலாக பயன்படுத்த வழிகோலினர். எப்படி எனில் அதிக ஊதியம் பெற வேண்டும் என்ற எண்ணம் தலை தூக்கவே உற்பத்தியின் தரம் பாதிக்கப்பட்டது.

இந்த அனுபவமே தொழில் வல்லுனர்களை பொதுவான ஊதிய நிர்ணய முறைகளை உருவாக்கச் செய்தது.

ஊதிய நிர்ணய முறைகளில் மிக முக்கியமான முறைகளாவன:-

* உரோவான் முறை
* டெய்லர் முறை
* ஹால்சி முறை

உரோவான் முறை

உரோவான் என்பவரால் இம்முறை உருவாக்கப்பட்டது. ஒரு தொழிலாளிக்கு ஒரு வேலையைத் தரும்போது, அவர் எவ்வளவு நேரத்தில் அதை செய்து முடிக்க வேண்டும் என்பதை முன் கூட்டியே தீர்மானிப்பது. இப்படி முன் கூட்டியே தீர்மானித்த வேலையை தொழிலாளி செய்து முடிக்கும் காலத்திற்கேற்ப ஊதியம் அல்லது கூலி வழங்கப்படும். இதே சமயத்தில் நிர்ணயித்த காலத்திற்கு முன்பாக வேலை முடிக்கப்பட்டதால் நேரச் சேமிப்பும் ஏற்பட்டிருக்கும். இந்த நேரச் சேமிப்பிற்கும் ஒரு சன்மானத் தொகை ஊதியம் என்ற பெயரில் செய்த வேலைக்கு கொடுப்பதுடன் சேர்த்து வழங்கப்படும். இதனால் தொழிலதிபர்கட்கும் தொழிலாளர்கட்கும் தனித்தனியே சாதகம் அமைகிறது என்பதால் இந்த முறை பெரிதும் லாபம் கிடைக்கும் தொழிற்சாலைகளில் வரவேற்கப்பட்டது.

டெய்லர் முறை

டெய்லர் என்பவரால் கண்டுபிடிக்கப்பட்ட இம்முறை உற்பத்தித்திறனை அதிகரிக்கும் நோக்குடன் செயல்படுத்தப்பட்டது. இம்முறையில் ஒரு வேலைக்குத் தேவையான நேரம் மணிக்கணக்கில் நிர்ணயம் செய்யப்படுகிறது. கொடுத்த வேலையை நிர்ணயித்த நேரத்துக்கு முன்பாக முடிப்பவருக்கு அதிக கூலி கொடுப்பது. அதே சமயம் ஏதாவது ஒரு தொழிலாளி அதிக நேரத்தை எடுத்துக்கொண்டால் அவருக்கு கூலி குறைவாகக் கொடுக்கப்படும். இதனால் விரைவாக வேலை செய்பவர் அதிகப் பணம் பெறுகிறார். தாமதமாக வேலையை முடிப்பவர் கணிசமான கூலி இழப்பை சந்திக்கிறார்.

ஹால்சி முறை

ஹால்சி என்பவர் இதை உருவாக்கினதால் இதை ஹால்சி முறை என்பர். இதன்படி ஒரு வேலைக்குத் தேவையான நேரம் மணிக் கணக்கில் நிர்ணயம் செய்யப்படும். ஒரு தொழிலாளி தான் முடிக்க வேண்டிய வேலைக்கு தனக்கு நிர்ணயிக்கப்பட்ட நேரத்துக்குக் குறைவான நேரத்திலேயே வேலையை முடித்து விட்டார் என்றால் அவருக்கு வேலைக்கான முழுக்கூலி கிடைப்பதுடன் அவர் சேமித்த நேரத்துக்கு பாதி கூலியுமாக அதிகப்படியான கூலி கிடைக்கும்.

கூலி மற்றும் ஊதியம் நிர்ணயிப்பதில் தொழிலதிபர்கள் அவரவர்கட்கு சாதகமான் குறைகளை மேற்கொள்வது தற்போது மாற்றப்பட்டு விட்டது. சில இடங்களில், கிராமங்களில்தான் பழைய கால கூலி நிர்ணயம் இன்றும் உள்ளது. இதைத் தடுக்க அரசு பல வழிகளில் முயன்று வருகிறது. இன்றைய காலகட்டத்தில் பல முன்னேறிய ஊதிய முறைகள் சில தொழிற்சாலைகளில் கடைபிடிக்கப்பட்டு வருகின்றன. எது எப்படி இருப்பினும் காலச் சேமிப்பை ஊக்குவிக்கும் வகையில் உள்ள முறைகளைப் பின்பற்றி வரும் தொழிற்சாலைகளில் உற்பத்தித் திறன் வளரும்.

உ. பராமரிப்புக் காலம்

நாம் புதிதாக வாங்கும் வீட்டு உபயோகப் பொருட்கள் எதுவாக இருப்பினும் வாங்கிய புதிதில் நன்றாக வேலை செய்து பயனளிக்கும். புதிதாக வாங்கிய ஊர்திகள், ரேடியோ, டி.வி, குளிர் சாதனப் பெட்டி என அடுக்கிக்கொண்டே போகலாம். வாங்கிய சில ஆண்டுகட்கு அதில் பழுது ஏற்படாது நன்கு வேலை செய்யும். ஆண்டுகள் ஆக ஆக அதில் பழுதுகள் வரலாம். பழுதுகளை நீக்கவும், கெட்டுப்போன உதிரி பாகங்களை மாற்றி பழையபடி உபயோகிக்கும் போது அதற்கு ஆகும் செலவே பராமரிப்பு செலவு எனப்படும். சில சமயங்களில் பராமரிப்பு செய்வதை நிறுத்திவிட்டு பொருட்களை பழைய விலைக்கு விற்று புதிதாக வாங்குவதே நல்லது. இதனால் வீண் பராமரிப்புச் செலவும், தேய்மானமும் கால விரயம் ஏற்படுவதையும் தவிர்க்கலாம். வீட்டு உபயோக சிறு சிறு சாதனங்களைப் போலவே தொழிற்சாலை இயந்திரங்கட்கும்

பராமரிப்புச் செலவு ஏற்படும். இதிலும் பழைய இயந்திரமாகும் போது பராமரிப்புச் செலவு கூடும். இந்த நிலையை அகற்ற உசிதமான வழிகளை கையாள வேண்டும். இயந்திரங்களில் தேய்மானம் வரும் முன்பே நல்ல விலைக்கு விற்றுவிட்டு, புதிய இயந்திரங்களை வாங்கி உபயோகப்படுத்துவதால் பண விரயமும் கால விரயமும் ஏற்படாது. ஆகவே பராமரிப்பில் கால விரயம் வருமென கண்டறியும் போதே இயந்திரங்களை மாற்றினால் கால விரயத்தையும் பொருள் விரயத்தையும் தவிர்க்கலாம். பராமரிப்புக் காலம் என்பது கால - நிர்வாகத்தின் அடிப்படை நோக்கங்களில் ஒன்றாகும்.

ஊ) பணி நேரம்

கால நிர்வாகம் பற்றிய கல்விக்கு அவசியமான பகுதி பணி நேரம். பணி நேரத்தைப் பொறுத்தே தொழிற்சாலைகளின் மேம்பாடு அமைகிறது. பொதுவாக பணி நேரம் நமது வாழ்வில் பல மேம்பாடுகளையும், காலசேமிப்பையும் உண்டு பண்ணுவதில் முதன்மை இடம் வகிக்கின்றது. தொழிலக சட்டம் 1948-ஆம் ஆண்டு முதல் அமலாக்கத்திலுள்ளது. இச்சட்டத்தின் மூலம் தொழிற்சாலைகளில் பணி செய்பவர்களின் வேலை நேரத்தை அரசாங்கம் நெறிப்படுத்தியுள்ளது. தொழிற் சாலைகளிலும் அலுவலகங்களிலும், வணிகக் கூடங்களிலும் வேலை நேரங்கள் ஒன்றுக்கொன்று மாறுபட்டு இருப்பதை அறியலாம். வேலை நேரங்களை சிறு பிரிவுகளாகப் பிரிக்கலாம்.

- பகல் பொழுது வேலை
- இரவுப் பொழுது வேலை
- பகலிலும் இரவிலும் வேலை

மேலும் வேலைகள் முறை வைத்து அதாவது சுழற்சி முறையில் நடைபெறும். இதை முதல் சிப்ட், இரண்டாம் சிப்ட் மற்றும் மூன்றாம் சிப்ட் என்பர். தொழிற் சாலைகளில் இருபத்தி நான்கு மணி நேரத்தை மூன்று சிப்டுகளாக்கி எட்டு மணி நேர வேலை தொழிலாளர்களிடம் வாங்குவார்கள்.

- முதல் சிப்ட் - காலை 6.00 மணி முதல் 2.00 மணி வரை

* இரண்டாம் சிப்ட் - மத்தியானம் 2.00 மணி முதல் இரவு 10.00 மணி வரை
* மூன்றாம் சிப்ட் - இரவு 10.00 மணி முதல் காலை 6.00 மணி வரை

இதே. சமயத்தில் தொழிலக ஆணைப்படி வயது வந்தவர்களிடம் ஒரு வாரத்துக்கு நாற்பத்தெட்டு மணி நேரம்தான் வேலை வாங்க வேண்டும். வாரம் ஒரு நாள் எல்லாருக்குமே கண்டிப்பாக விடுமுறை தரப்பட வேண்டும். இந்த மாதிரி பணி நேரம் அமைவதால் மனித நேரம் வீணாகாது. தொழிற் சாலைகளில் வளம் மேம்பாடடையும். மொத்தத்தில் நாட்டின் வளம் பெருகும். சுருங்கக் கூறின், தொழிலகச் சட்டம் வரையறை செய்யப்பட்டதால் தொழிலாளர்களின் நலன் காக்கப்பட்டது. மேலும் தொழிற் சாலைகளில் தொழிலாளர் நலன் காக்கப்படுவதுடன், உற்பத்தித் திறனும் அதிகரிக்க வாய்ப்புள்ளது.

எ. பணிக்கான நேர நிர்ணயம்

பணிகள் பலவிதமாகும். ஒவ்வொரு பணியும் ஒவ்வொரு விதமாக மாறுபடும். இதுபோல் ஒவ்வொரு பணியினுடைய அளவைப் போல் பணிகள் நடைபெற ஆகும் காலமும் வேறுபடும். இதையே பணியைப் பொறுத்த கால நிர்ணயம் எனலாம். ஒரு பணியினை ஒரு தொழிலாளி செய்து முடிக்க எவ்வளவு நேரம் ஆகலாம் என்பதை பரீட்சார்த்தமாக செய்து பார்த்த முன் அனுபவங்களைக்கொண்டு கணக்கிடலாம். இதை ஒரு முன் மாதிரியாகக்கொண்டு வேலைகளைக் கணக்கிட எடுத்துக் கொள்ளும் தகவலாகக் கருதலாம். ஒரு பணியினைச் செய்து முடிக்க ஆகும் நேரம் பல சூழ்நிலைகளைப் பொறுத்து மாறுபடலாம். அந்தக் காரணங்கள் தொழிலாளியின் திறமையின் அடிப்படையாக அமையலாம். இத்திறமைக்கு அளவுகோல் என்று ஒன்று கிடையாது. ஒரு தொழிலாளி மிக வேகமாகவும், கவனமாகவும் கொடுத்த வேலையை சுலபமாக சிறிது நேரத்திலேயே செய்து முடிக்கும் ஆற்றல் பெற்றவராக இருக்கலாம். இதே வேலையைச் செய்ய மற்ற தொழிலாளி முந்தைய தொழிலாளியை விட இரண்டு மடங்கோ மூன்று மடங்கோ நேரத்தைக் கூட எடுத்துக்கொள்ளலாம். இது

தொழிலாளியின் திறமை, முன் அனுபவம், உடல் வலிமை, மன வலிமை, சுற்றுச்சூழல், உபயோகப்படுத்தும் உபகரணங்கள் போன்ற பல்வேறு காரணங்களைப் பொறுத்து வேலைக்கான நேரம் அமைகின்றது. வேலைக்கான நேரம் தொழிலாளிக்குத் தொழிலாளி மாறுபட்டாலும், ஒரு வேலையைச் செய்து முடிக்க காலத்தை நிர்ணயம் செய்ய வேண்டியது அவசியம். இந்தக் கால நிர்ணயம் முன் அனுபவங்களைப் பொறுத்தது.

காலத்தை வேலைக்கு ஏற்ப நிர்ணயம் செய்வது என்பது தொழிற்சாலைகளில் உள்ள ஒரு நடைமுறை. இந்த நிர்ணயம் பின்வரும் காலங்களுக்கு திட்டமிட உதவியாகவும், வழிகாட்டியாகவும் முன் மாதிரியாகவும் அமையும். இந்த அனுபவத்தால்

- வேலைக்குத் தேவையான நபர்களின் எண்ணிக்கையை திட்டமிட முடியும்.
- என்ன மாதிரியான உபகரணங்களை திரட்ட வேண்டும் என்பதை முடிவு செய்யலாம்.
- உத்தேசமாக ஆகப் போகும் செலவினங்கட்கு பட்ஜெட் தயாரிக்கலாம்.
- வேலைகளின் தன்மையை, மனித உழைப்பின் வித்தியாசங்களின் அடிப்படையில் பகிர்வு செய்தல்.
- உற்பத்தி நிறைவடையும் காலம்.
- சந்தைப்படுத்தும் காலம்.
- உற்பத்தியை விற்பனையைப் பொறுத்து விரிவுபடுத்தும் திட்டங்கள்.

என பல்வேறு பணிகளைத் திட்டமிட்டு நிறைவேற்ற முடியும். ஒவ்வொரு வேலையிலும் உள்ள தொழில் நுட்பங்களை வரிசைப்படுத்தி, ஆய்வு செய்வதன் மூலம் இயந்திரங்களின் பணி, மனித உழைப்பின் பணி ஒவ்வொன்றின் வேலைப் பணிக்கான மனித நேரம், இயந்திர நேரம் என தனித்தனியாக கணக்கிட்டு உற்பத்தி நிறைவடைய ஆகும் மொத்த வளத்தையும் சேர்த்து, பணிக் காலத்தையும் கணக்கிட முடியும்.

ஏற்கெனவே உள்ள தகவலின் படி பணித்திறமை நபருக்கு நபர் வேறுபடும். இந்த வேறுபாட்டின் அடிப்படையில் தொழிலாளிகளின் திறமைக்கு ஓர் அளவுகோல் நிர்ணயம் செய்தல் அவசியம். இந்த அளவுகோல் பணியளவையும், கால நிர்ணயத்தையும், கணக்கீடு செய்ய பெரிதும் உதவும். இதன் அடிப்படையில் ஒரு வேலையைச் செய்து முடிக்க ஆகும் நேரத்தை துல்லியமாக கணக்கிடலாம். மனிதர்களின் வேலைத் திறமைக்கும் இயந்திரங்களின் வேலைத் திறமைக்கும் வித்தியாசங்கள் உண்டு. இதையும் பணியளவையும், கால நிர்ணயம் செய்யும்போது ஒப்பிட்டுப் பார்க்க வேண்டும். இயந்திரங்களை இயக்கிவிட்டால் தொடர்ந்து பல மணி நேரங்கள் தடை இல்லாமல் வேலை செய்யும் தன்மையுடையவை. இயந்திரக் கோளாறு ஏற்படும் சமயம் தவிர மற்ற நேரங்களில் இயந்திரத்தின் பணி மகத்தான பணி. விரைந்து செயல்படக் கூடியவை உற்பத்தியை திட்டமிட்டபடி வழங்கும் ஆற்றல் கொண்டவை.

ஆனால் மனிதர்கள் இயந்திர வேகத்துக்கு ஈடாகச் செயலாற்ற வேண்டும். இயந்திர வேகத்துக்கு ஈடுகொடுத்து வேலை செய்யும்போது மிக மிக கவனமாகவும் இருக்க வேண்டும். இந்த வேக வேலையினால் மனிதர்கள் மிக விரைவில் களைப்படைந்து விடுவார்கள். களைப்பு வந்தாலும் சிந்தனை ஆற்றல் திறமை, விவேகம், முன் அனுபவம், சுறுசுறுப்பு வேலையைத் திறம்பட ஆற்ற வேண்டும் என்ற உந்துதல் காரணமாக சில சமயங்களில் இயந்திரத்துக்கு ஈடாக பணி செய்வோரை பட்டறைகளில் பார்த்திருக்கலாம். எனவே வேலைக்கான கால நிர்ணயம் செய்யும்போது தொழிலாளிகளுக்குத் தேவையான இடைவேளை நேரத்தையும் பணியளவின்போது சேர்த்து கணக்கிடல் வேண்டும். கால நிர்ணயக் கணக்குகளை கணிப்பதற்கு முன்னதாக தொழிலகங்களில் உற்பத்திக்குத் தேவையான தர நிர்ணயம், சரியான செயல்திட்டங்கள், தேவையான இயந்திரங்கள் மற்றும் கருவிகள், பணியின் செயல் திறன் மற்றும் நடைமுறைச் சிக்கல்கள் எல்லாவற்றையும் தீர்மானம் செய்துகொள்ளவேண்டும். இதே சமயம் தொழிலாளர்களின் செயல் திறமைகளையும் கணக்கிட மறக்கலாகாது.

கால நிர்ணயக் கணக்கின் அடிப்படையில் இயங்கும் தொழிலாளர்கள் தங்களது இயல்பான செயல் திறனுடன் வேலையைச் செய்ய வேண்டும். விரைந்து செய்வதாலும்

| பெ. வேலுச்சாமி |

மெதுவாகச் செய்வதாலும் இக்கணிப்பு மாறுபட வாய்ப்புண்டு. இந்த மாதிரி ஏற்பட்டால் சேர்த்த புள்ளி விவரம் தவறான முடிவுக்கு வழி வகுக்கும். எந்த விதமான முடிவையும் நன்கு ஆய்ந்த பின்னரே செய்யவேண்டும். ஊதியம் மற்றும் ஊக்கத் தொகை வழங்கும் போது தொழிலாளர்கள் ஏற்பதாகவும் இருக்கும்படி நிர்ணயம் செய்யப்படல் வேண்டும். புதிய உத்திகள், புதிய இயந்திரங்கள், புதிய கருவிகள் நன்கு பயிற்சி பெற்ற தொழிலாளர்களைப் பயன்படுத்தி உற்பத்தியைத் தொடங்கும் காலங்களில் காலச் சேமிப்புக்கு வழி உண்டு. இதையும் கணக்கில் கொண்டால் உற்பத்தி பெருகும். காலச்சேமிப்பும் அதிகமாகும். அதிக வருமானமும் கிடைக்கும்.

ஐ. முன்னுரிமைப் பணிகள்

நாம் செய்ய வேண்டிய பணிகள் பலவிதமாக இருக்கலாம். பணிகளில் சில ஒன்றுக்கொன்று தொடர்புடையதாகவும் இருக்கலாம். வேறு விதமாகவும் இருக்கலாம். சில பணிகள் சென்ற உடனே நடைபெறலாம். சில பணிகள் நடைபெற காலதாமதம் ஆகும். சில பணிகள் மிக சிரமத்தை ஏற்படுத்துவதுடன் கால தாமதத்தையும் அதிகம் உண்டு பண்ணும். நாம் நான்கைந்து வேலைகளைச் செய்ய முனையும் போது, எந்தக் காரியத்தை முதலில் செய்வது என்ற எண்ணம் எழலாம். சில சமயங்களில் சில வேலைகட்காக நீண்ட நேரம் காத்திருக்க வேண்டியதில்லை. வேறு சில வேலைகட்கு நீண்ட நேரம் காத்திருக்க வேண்டிய நிலையும் வரலாம். இந்த மாதிரி முன்னுக்குப் பின் முரணான வேலைகள் வரும் போது நாம் நேரத்தின் அடிப்படையில் முன்னுரிமைப் படுத்தலாம். இதனால் காத்திருக்கும் காலத்தை நம் கட்டுப்பாட்டுக்குள் கொண்டுவரலாம்.

சிலர் குறைந்த கால வேலையை முதலில் செய்வார்கள். தயாரிப்புத் தொழிலில் உள்ளவர்கள் குறியீடு அடிப்படையில் வேலை செய்வார்கள். சிலர் குறியீட்டிலும் தரக் கொள்கையின் அடிப்படையில் பணியைத் துவக்குவார்கள். தொழிற்சாலைகளில் ஒரு வேலையைப் பல நிலைகளில் பல இயந்திரங்களைப் பயன்படுத்தி முடிக்க வேண்டிய சூழ்நிலை இருக்கும். ஓர் இயந்திரம் ஒவ்வொரு வேலையையும் செய்ய அவ்வப்போது அந்த அந்த இயந்திரம்

வேலைக்குப் பயன்படுத்த சரியான நிலையில் இருக்கவேண்டும். இவ்வாறு தொடர் உற்பத்திக்கு எல்லா இயந்திரங்களுமே தயார் நிலையில் இருக்க வேண்டும். இந்த சூழ்நிலையில் பணிகள் எல்லாம் சம உரிமை பெற்று ஒரே நேரத்தில் இயங்கி முடிவில் பயன்படும் தயாரிப்பு பொருளாகக் கிடைக்கும். இதனால் காலச் சேமிப்பும் உண்டாகும்.

ஏ. மனித - இயந்திர உறவுகள்

மனிதர்கள் தங்களது வேலைத் திறனை அதிகரிக்கவும், உற்பத்தியைப் பெருக்கவும், காலச் சேமிப்பிற்காகவும், பொருளீட்டவும் இயந்திரங்களை கண்டுபிடித்தனர். இவ்வாறு கண்டுபிடிக்கப்பட்ட இயந்திரங்கள் திறம்பட வேலை செய்யவும், பழுது ஏற்படின் பழுதினை நீக்கி சரி செய்யவும் மனித சக்தி தேவைப்படுகிறது. இயந்திரங்கள் எவ்வளவு திறமை பெற்றதாக இருப்பினும் அவற்றை இயக்கும் வலிமை பெற்றவர்கள் மனிதர்களே. இயந்திரங்களை இயக்கவும், பராமரிக்கவும், இயந்திரங்களில் சேர்க்க வேண்டிய மூலப் பொருட்களைக் கொண்டுசெல்லவும் மனித சக்தி தேவைப்படுகின்றது. இந்த இரு சக்திகளும் அதாவது இயந்திரம் மற்றும் மனிதன் இடையே ஏற்படும் தொடர்புகளின் போது இயந்திர நேரமும், தொழிலாளர் நேரமும் செலவாகின்றன. இரு சக்திகளும் வீணாகாதிருக்க மனித - இயந்திர உறவு நிலை பாதிக்கப்படக்கூடாது. இரு சக்திகளும் ஒன்றுக்கொன்று இணையாக தொடர் வேலை செய்தால் மனித - இயந்திர உறவு சுமூகமாக வளம் பெருகும் வாய்ப்பும் காலச் சேமிப்பும் நிறுவனங்கட்கு கிடைக்கும்.

இதற்கு நல்ல உதாரணம் பருத்தி ஆலைகள், பருத்தி ஆலைகளில் நூற்றுக்கணக்கான நூற்புக் கருவிகள் ஒரே நேரத்தில் இயங்குவதையும், அங்கு ஒரு சில பயிற்சி பெற்ற தொழிலாளர்களே இயக்கவும், நிறுத்தவும், மீண்டும் சரி செய்யவும், இயக்கவும் செய்கின்றனர். இத்தகைய தொழிற் சாலைகளில் மனித - இயந்திர உறவுகளின் மேன்மையைக் காணலாம். நேரச் சேமிப்பின் பெருமையும் வளத்தின் அருமையும் தெளிவாக விளங்கும்.

18
நிறைவே நேரம்

நேர நிர்வாகம் என்பது தற்போது எல்லாராலும் நிறைவே நேரம் என்று மதிக்கப்படுவதுடன், விரும்பி மேற்கொள்ளப்படுகிறது. வீணாக நேரத்தை கழிப்பவர்களை உலகம் ஒதுக்கிவைக்க ஆரம்பித்து விட்டது. வீண் என்ற வார்த்தை தொழிலகங்களில் ஏற்கப்படவில்லை. இதனால் தொழிலகங்களில் இன்று கால மேலாண்மையை நேசிக்கத் தொடங்கி விட்டனர். இந்த நேரத்தை நேசிப்போம் என்ற தலைப்புக்கு முக்கிய காரணங்கள் ஒன்று இரண்டு என கண்டறியப்படாமலிருந்தது. இறுதியில் கணிப்பொறிகளின் வரவால் இந்த கால மேலாண்மை அறிவு எல்லாருக்கும் தெரிய வந்தது. இது இந்நூற்றாண்டின் சாதனைகளில் மிகவும் போற்றத்தக்கது.

கணிப்பொறிகளின் பங்கு கால மேலாண்மையில் மிகவும் முக்கிய இடம் பெற்றுள்ளது. கணிப்பொறிகள் இல்லாது எந்த ஒரு முன்னேற்றமும் ஏற்படாது என்ற நிலையை நாம் இப்போது எட்டியுள்ளோம். கணிப்பொறியின் ஆக்கிரமிப்பை நாம் எங்கும் காண்கிறோம். கடைகளிலும், அலுவலகங்களிலும், அஞ்சல் நிலையங்களிலும், தொடர்வண்டி நிலையங்களிலும், பேருந்து நிலையங்களிலும் கணிப்பொறிகள் செய்யும் பணிகளையும் அதனால் நமக்கு வாழ்வில் ஏற்பட்டுள்ள கால சேமிப்பையும் எண்ணி வியக்காமலிருக்க முடிவதில்லை. முன்பெல்லாம் மணிக்கணக்காக வரிசையில் நின்று பயணச்சீட்டு பதிவு செய்யக் காத்திருந்து, சோர்ந்து வீடு திரும்பும் நிலைமாறி குறிப்பிட்ட நேரத்தில் சென்று, குறிப்பிட்ட நேரத்தில் திரும்ப நம்மால் முடிகிறது. இதற்கெல்லாம் காரணம் கணிப்பொறிகளின் ஆதிக்கமே. நேரத்தை நேசிக்கத் தொடங்கிய நமக்கு உற்ற நண்பனாக இக்கணிப்பொறிகள் செயல்படுகின்றது.

நேரத்தை நேசிப்போம் என்பதன் சரியான விளக்கம் வருமாறு. நாம் அன்பு செலுத்துபவரிடமும், பெரியோர்களிடமும் நாம் நேசமாக இருக்கின்றோம். மேலும் அலுவலகத்தில் மேலதிகாரிகளிடம் நாம் நேசத்தை வளர்க்க விரும்புகிறோம். இதுபோல் உடன் பணிபுரிபவர்களிடமும், அண்டை அயலாரிடமும் நேசமாக இருக்கிறோம். இப்படி எல்லாரையும் நேசிப்பதால் நமது வாழ்வு சுகப்படுவதுடன் மற்றவர்கள் நலமாக இருப்பதிலும் அக்கறை காட்டி மகிழ்கின்றோம். இவ்வாறு நேசமாக இருக்கவேண்டியதை ஒரு வாழ்க்கை நெறியாகவே எண்ணுகிறோம்.

எல்லாவற்றிற்கும் மேலாக நாம் ஒன்றுடன் நேசமாக இருக்க வேண்டும். அது நம்மை நிழல்போல் காத்து வருவதுடன் அதன் பிடியில் நாம் ஆயுள் உள்ளளவும் இருக்கிறோம். அதுதான் “காலம்” இதனுடன் வாழ்நாள் முழுக்க வாழ்கின்றோம். இவ்வாறு வாழ் நாள் முழுவதும் நமக்கு கிடைக்கக் கூடிய காலத்தை நாம் நேசிக்கக் கற்றுக் கொள்ளவேண்டும். நேரத்தை மதித்து அதை நேசித்தால் நாம் வாழ்நாளில் சுகமாக வாழ்ந்தவராகவும், பிறவிப்பயனை பெற்றதாகவும் கருதப்படுவோம்.

“நேரத்தை நேசிப்போம்” என்ற எண்ணத்தை நம் மனதில் விதைக்க வேண்டும். விதைத்தால் மட்டும் போதாது. விதைத்த விதை நன்கு முளைத்து வளர வேண்டும். விதை முளைக்க வேண்டிய சூழ்நிலையையும், தண்ணீர் விட்டும் வளர்ப்பது போல் நல்ல சிந்தனைகளை சிந்தித்து, திட்டமிட்டு செயல்பட வேண்டும். விதை வளர சூழ்நிலை, தண்ணீருடன், நல்ல உரமும் இடவேண்டும். இங்கு உரமிட்டு வளர்த்தல் என்பது நல்ல எண்ணங்கள், செயல்கள், நல்லவைகளைத் தெரிந்துகொள்ளுதல், அறிவுடைய சான்றோர்களின் அறிவுரைகளைப் பின்பற்றுதல் போன்றவைகளைக் குறிக்கும்.

இவ்வாறு நன்கு பராமரிக்கப்பட்ட உள்ளத்தில் சாதனை, பயனுள்ள வாழ்க்கை வாழ்தல் என்பன வேரூன்றி வளரும். இப்படி வாழ்ந்தவர்கள் தங்கள் வாழ்நாளை பயனுள்ளதாக ஆக்கியதுடன் பிறர் வாழ தன்னை அர்ப்பணித்து வாழ்ந்தவர்களாக ஆவார்கள். இத்தகையோர் தனது ஆயுட் காலத்தை 60 ஆண்டுகள் கழித்தனர் என்றால் அதை நாம் 100 வயது அல்லது 120 வயது வரை வாழ்ந்ததாகவே கணக்கிடலாம்.

(பெ. வேலுச்சாமி)

பயனுள்ள வாழ்க்கை என்பது பிறந்து வளர்ந்து, ஆளாகி, மாண்டு போவது என்பதல்ல. வாழ்ந்த காலத்தில் தங்களிடமுள்ள திறமைகளை வளர்த்து, மனித சமுதாயத்துக்குப் பயன்படுவதுதான். மனித சமுதாயத்துக்கு பயன்படும் வாழ்க்கையே வாழ்ந்ததற்கு அர்த்தமாகும். நமது பிறப்பை மக்கள் அறியும் காலம் நாம் வாழ்ந்த காலம். நாம் வாழ்ந்த காலம் அர்த்தமுள்ளதாக இருக்க வேண்டுமாயின் நம் இறப்பின் பின்னும் இவ்வுலகம் நம்மைப் போற்ற வேண்டும். பல சாதனையாளர்களை நாம் இன்றும் நினைப்பதற்குக் காரணம் அவர்கள் வாழ்ந்த காலத்தில் தங்களது நேரத்தை நேசித்துப் பணி செய்ததால்தான்.

எனவே இதுவரை நேரத்தை மதிக்காதவர்கள் இனியாயினும் நேரத்தை நேசித்து, காலத்தை கவனமாக செலவிட்டு செயல்பட வேண்டும். இச்செயல்பாடு தங்களையும் நாட்டையும் ஏன் மனித குலத்தையும் இவ்உலகையும் உய்விக்கும் என்பதில் எள்ளளவும் சந்தேகம் இல்லை என்பதை ஆணித்தரமாக எழுதுவதில் மகிழ்கிறேன்.

நேரத்தை வெல்லுவீர்!
நேரத்தை நேசிப்பீர்!!

19
எதற்கும் ஒரு நேரம்

அன்புக்கு	ஒரு நேரம்
அரவணைப்புக்கு	,,
அரற்றுதற்கு	,,
அழுவதற்கு	,,
அமைதிக்கு	,,
அழிதற்கு	,,
ஆக்குதற்கு	,,
ஆடுதற்கு	,,
இழப்பதற்கு	,,
இறப்பதற்கு	,,
ஈதற்கு	,,
உண்பதற்கு	,,
உடுத்துவதற்கு	,,
உறக்கத்திற்கு	,,
ஊக்கத்திற்கு	,,
ஊன்றுதற்கு	,,
எதற்கும்	,,
எடுப்பதற்கு	,,
ஏற்பதற்கு	,,
ஏளனத்திற்கு	,,

ஐயமிடுதற்கு	ஒரு நேரம்
ஒவ்வொன்றிற்கும்	,,
கல்விக்கு	,,
களவுக்கு	,,
குணப்படுத்த	,,
கொய்வதற்கு	,,
கொடுப்பதற்கு	,,
கோபப்படுவதற்கு	,,
சிரிப்பதற்கு	,,
சிந்திப்பதற்கு	,,
செப்புதற்கு	,,
செறிவுக்கு	,,
தடுப்பதற்கு	,,
துதிப்பதற்கு	,,
தைப்பதற்கு	,,
பிறப்பதற்கு	,,
பெறுவதற்கு	,,
போருக்கு	,,
வழங்குவதற்கு	,,
விரும்புவதற்கு	,,
வெறுப்பதற்கு	,,
வைத்திருப்பதற்கு	,,

நேர - நிர்வாக கலைச்சொற்கள்

A

Authority	அதிகாரம்
Analysis	பகுத்தாய்வு
Achievement	சாதனை
Administration	நிர்வாகம்
Aim	நோக்கம்
Agenda	பொருள்நிரல்
Alternative	மாற்று
Argument	வாக்குவாதம்
Accident	விபத்து
Activity	செயற்பாடு
Aimless	குறிக்கோளின்மை

B

Biology	உயிரியல்

C

Challenge	அறைகூவல்
Consultation Fee	ஆலோசனைக் கட்டணம்
Critical Path	உய்யப்பாதை
Co-Ordination	ஒருங்கிணைப்பு
Co-ordinator	ஒருங்கிணைப்பாளர்
Concentration	ஒரு முகப்படுத்துதல்
Constraint	கட்டுத்திட்டம்
Control	கட்டுப்பாடு

Construction	கட்டுமானம்
Computer	கணிப்பொறி
Check-List	சரிபார்ப்பதற்கான பட்டியல்
Carelessness	கவனக்குறைவு
Cause	காரணம்
Confusion	குழப்பம்
Cyclic Trend	சுழல்போக்கு
Communication	தகவல் தொடர்பு
Clarity	தெளிவு
Conduct	நடத்தை
Consumption	நுகர்வு
Crisis	நெருக்கடி
Change	மாறுதல்

D

Delegation	அதிகாரப்படுத்துதல்
Discipline	ஒழுங்கு
Distraction	கவனச் சிதறல்
Data	தகவல் கூறு
Daily Time - Log	நாட்பணி அட்டவணை
Decision	முடிவு
Demonstration	செயல்முறை விளக்கம்
Dispersal	பரவலாக்குதல்

E

Energy	ஆற்றல்
Environment	சுற்றுச்சூழல்
Ego	செருக்கு
Event	நிகழ்வு
Experience	பட்டறிவு

Estimate	முன்னை வீடு

F

Foundation	கடைக்கால்
Factor	காரணி
Fatigue	சோர்வு
Follow - up action	தொடர் நடவடிக்கை
Fixed Quantity	நிலை அளவு
Float Time	நெகிழ்வுக் காலம்
Forecast	முன் கணிப்பு

G

Graph	கட்டப்படம்

H

Horizon	தொடுவானம்
Human Relations	மனித உறவுகள்
Hypothesis	அனுமானம்

I

Intelligence	அறிவுத்திறன்
Inspection	ஆய்வு
Input	இடுபொருள்
Involuement	ஈடுபாடு
Image	உருவகம்
Incentive	ஊக்கத்தொகை
Itinery	பயணத்திட்டம்

J

Job Rotation	பணிச்சுழற்சி
Job Sequence	பணி வரிசை

Job Descriptions	பணி விளக்கம்

K

L

Life	ஆயுள்
Lazy	சோம்பல்
Leisure	ஓழிவு
Leadership	தலைமை
Lane	பாட்டை
Limit	வரையறை

M

Matrix	அணிக்கோவை
Machine Time	இயந்திரநேரல்
Moving Average	நகரும் சராசரி
Maintenance	பராமரிப்பு
Memory	நினைவு
Mental Health	மனநலன்
Mental State	மனப்பாங்கு
Man Time	மனித நேரம்
Manager	மேலாளர்
Man-Machine Relations	மனித இயந்திர உறவுகள்
Movement	அசைவு
Morale	குழுவொழுக்கம்
Moving Average	நகரும் சராசரி
Meetings	கூட்டங்கள்

N

Normal Time	இயல்பு நேரம்
Net Work	வலையமைப்பு

O

Optimum	உத்தமம்
Obstacle	இடர்ப்பாடு
Operations Research	இயக்க ஆய்வு
Opinion	கருத்து
Objective	குறிக்கோள்
Observer	நோக்குபவர்
Organization	பணியமைப்பு
Opportunity	வாய்ப்பு
Order of Sequence	வைப்புமுறை

P

Perceived Time	உணர்வு நேரம்
Preparatory Time	ஆயத்த நேரம்
Parallel Event	இணை நிகழ்வு
Production	உற்பத்தி
Productivity	உற்பத்தித் திறன்
Post Ponement	ஒத்திவைத்தல்
Periodical	காலமுறை
Policy	கொள்கை
Purchase	கொள்முதல்
Principle	கோட்பாடு
Planet	கோள்
Problem	சிக்கல்
Preventive Action	தவிர்ப்பு நடவடிக்கை
Plan	திட்டம்
Probability	நிகழ்தகவு
Processing	பதப்படுத்துதல்
Proposal	முன்மொழிதல்
Priority	முன்னுரிமை

Q

Quality	தரம்
Quality Control	தரக்கட்டுப்பாடு

R

Research	ஆராய்ச்சி
Record	ஆவணம்
Real Time	உண்மை நேரம்
Risk	ஐய இடர்
Rotation	சுழற்சி
Reminder	நினைவூட்டு
Responsibility	பொறுப்பு
Re Placement	மறு பெயர்ச்சி
Resource	வளம்
Rule	விதி
Regulation	விதிமுறை
Result	விளைவு

S

Sales	விற்பனை
Skill	வினைத்திறன்
Scale	அளவுகோல்
Stationery	எழுது பொருள்
Stores	சரக்கறை
Standard	செந்தரம்
Scarcity	தட்டுப்பாடு
Slack Time	தளர்வுக்காலம்
Search	தேடல்
Stop-Watch	நிறுத்துக் கடிகாரம்
Seasonal Change	பருவ மாறுதல்

Strength	பலம்
Shortage	பற்றாக்குறை
Statistics	புள்ளியியல்
Supervisor	மேற்பார்வையாளர்
Supply Order	வழங்காணை
Secretary	செயலாளர்
Shift	சுழற்சி, பணிமுறை மாற்று

T

Tension	மன அழுத்தம்
Trend	போக்கு
Travel	பயணம்
Time Series	காலத்தொடர்
Time Thieves	காலங் கவர்கள்வர்
Technique	உத்தி
Time Sense	நேர உணர்வு
Time Management	கால மேலாண்மை

U

V

Value	மதிப்பு

W

Worry	கவலை
Work Load	பணிப்பளு
Workaholic	வேலைக்கு அடிமைப்பட்டவர்கள்